AF518590

INSIGHT PUBLICA®

INSIGHT PUBLICA®
Nadakkavu, Kozhikode, Kerala
www.insightpublica.com
e-mail: insightpublica@gmail.com
Athum Puthum
(Malayalam Novel)
C.M. Rajan
First Edition: November 2021

ISBN 978-93-5517-040-8
Cover Design: KJVJ
Printed and Published by Insight Publica
for Insightinpublica Printers & Publishers Pvt. Ltd.

ആദിമദ്ധ്യാന്തമില്ലാത്ത
ഒരു കഥയില്ലായ്മ

അത്തും
പുത്തും

SANS RHYME OR REASON

സി. എം. രാജൻ

INSIGHT PUBLICA®

ജനനം: മെയ്, 1961, സ്ഥലം: ചന്തേര, കാസർഗോഡ് ജില്ല. വിദ്യാഭ്യാസം: പൂന സർവ്വകലാശാലയിൽനിന്നും ആംഗലേയ സാഹിത്യത്തിൽ ബിരുദാനന്തര ബിരുദം. ഹൈദരാബാദിലെ അന്തർദേശീയ വിദ്യാഭ്യാസ സ്ഥാപനമായ വിസു ഇന്റർനാഷണലിൽ ഇംഗ്ലീഷ് പരിശീലകനായി പ്രവർത്തിക്കുന്നു. പ്രണയവും മൂലധനവും എന്ന കൃതിയുടെ പരിഭാഷയ്ക്ക് കേരള സാഹിത്യ അക്കാഡമി അവാർഡ് ലഭിച്ചു.

മറ്റു കൃതികൾ: *അസംബന്ധ പ്രബന്ധങ്ങൾ, ചന്തേര*

പരിഭാഷകൾ: *സാത്താന്റെ സുവിശേഷം, വിടവാങ്ങൽക്കുത്ത്, യേശു ക്രൂശിതനാകുന്നു, പ്രണയവും മൂലധനവും-മാർക്സ് കുടുംബത്തിന്റെ സമ്പൂർണ്ണ ജീവിത കഥ, എലിനോർ മാർക്സ്: ഒരു ജീവചരിത്രം*

email: rajan.cm@gmail.com

സി.എം. രാജൻ

സൂചന

ഇത് [ഒരു വഹ] കഥയാണ്.
കഥയിൽ ചോദ്യമില്ലായെന്ന് പണ്ടേ പ്രസിദ്ധം.
[കഥയില്ലായ്മയിൽ തീരെയില്ല ചോദ്യം.]
ജീവിതത്തെ [കളിയല്ലാതെ] കാര്യമായെടുക്കുന്ന
ഗൗരവാത്മാക്കൾക്കുള്ളതല്ല ഇക്കഥ.
ചിട്ടവട്ടങ്ങളില്ലാത്ത ഒരു കഥക്.
അഴിഞ്ഞാട്ടം എന്നു പരിഭാഷ.
ലാഘവബുദ്ധികൾക്കുള്ള ഒരു ലളിതകഥ..
എഴുതാനും എഴുതാതിരിക്കാനും സ്വാതന്ത്ര്യമുള്ള പോലെ
വായിക്കാം വായിക്കാതിരിക്കാം.
[വായിച്ചില്ലെങ്കിൽ വളയുമെന്ന വിശ്വാസമില്ല.
വായിച്ചാലാണ് വിളഞ്ഞ വിത്തുകളാകുന്നത്.]
എഴുതുമ്പോഴുണ്ടായ രസം
വായിക്കുമ്പോഴുളവായാൽ
സഫലമീ കഥനം.
ബഹുരസം.

1

ഇടവഴിയിലൂടെ വീട്ടിലേക്കു ആരോ വരുന്നുണ്ടെന്നു തോന്നി.

നാണ്വാർ ആയിരിക്കുമോ? കണ്ടിട്ട് കുറച്ചു കാലമായി. അവസാനം കണ്ടപ്പോൾ ആ ദേഹം ദേല്യൂസ് ഗ്വറ്റാരിമാരെ വായിച്ചു നശിപ്പിക്കുകയായിരുന്നു. ആന്റി ഈഡിപ്പസ്സായിട്ടായിരുന്നു അവതരിച്ചത്. ഈഡിപ്പസ്സിനു ഒരു ആന്റിയുണ്ടെന്ന് അന്നാണ് അറിഞ്ഞു പ്രകാശമായത്. ഇപ്പൊ പ്രകാശൻ എന്ന് പ്രസിദ്ധനായത് അങ്ങിനെയാണ്.

നാണ്വാരല്ല. തെങ്ങിൻകീഴിലിരുന്നു (തെങ്ങ് ചതിച്ചു) കാഫ്ക വായിച്ചതിന്റെ അസ്കിതയൊന്നും കാണുന്നില്ല. ഇതൊരു പതിഞ്ഞ പാവം. കടൽത്തീരത്ത് നിന്ന് പല പുരാണങ്ങളും ഇതിഹാസങ്ങളും അയവിറക്കി വരുന്നുവെന്നു തോന്നിപ്പിക്കുന്ന ഒരു പച്ചപ്പാവം. ഗാന്ധിയെപ്പോലെ ലൈംഗികഗ്രന്ഥി അഴിക്കാൻ പറ്റാതെ പോയ ഒരാൾ. "ഉണ്ണീ" എന്നൊക്കെ പിറുപിറുക്കുന്നു. താടിയുണ്ട്. ഊശാന്താടി. അതു അപ്പൂപ്പന്താടി പോലെ ഉലയുന്നുണ്ട്. അറിയും എന്ന് തോന്നുന്നു.

നാണ്വാർ ആയിരുന്നെങ്കിൽ ഒരു കോഴിയെ ഖലാസാക്കി വിലാസിനി ആകാമായിരുന്നു. ഇതിപ്പോ അവനവൻ തന്നെ കോഴിയാകുന്ന മട്ടുണ്ട്...

കുറച്ചുകൂടി അടുത്തെത്തിയപ്പോൾ മുഖം കണ്ടു. മനസ്സിന്റെ ആറന്മുളക്കണ്ണാടി തന്നെ. ക്ഷീണമുണ്ട്. പലേ (സത്യാന്വേഷണ) പരീക്ഷണങ്ങളിലൂടെയും കടന്നുപോയതു കൊണ്ടാകണം. അസ്തിത്വസംത്രാസം കൊണ്ടുമാകാം. അതുമല്ലെങ്കിൽ തനിക്കു പണ്ടു കിട്ടേണ്ടിയിരുന്ന

ജ്ഞാൻപീഠ് ഒരു നായർക്കു കിട്ടിയതിന്റെ ഖേദം കൊണ്ടുമാകാം. വർണ്ണത്തിൽ ഹീനനായതു കൊണ്ടാകാം അങ്ങിനെ ഒരു യോഗം ഉണ്ടായത്. അടുത്ത ജന്മം ഒരു ശബരിമല മേൽശാന്തിയെങ്കിലുമാകണം.

കുശലം പ്രശ്നമാകില്ലെന്നു നണ്ണി ചോദിച്ചു:

"എന്താ മാഷേ, കുഞ്ഞുണ്ണി, ഈ വഴിക്ക ?"

കേൾക്കാൻ മാത്രം പാകത്തിന് മറുപടി:

"തിരുവനന്തപുരത്തേക്ക് ഇറങ്ങിയതാണ്. കരുണാകരഗുരുസാഗരത്തെ സംഗമിക്കാൻ. കയറിയ വണ്ടി തെക്കോട്ടെടുക്കുമെന്ന് പേടിച്ച്, വടക്കോട്ടേക്കുള്ള വണ്ടിക്കു ശീട്ടെടുത്തു. ഇനി തിരുവന്തപുരത്തെ വടക്കാക്കി തനിക്കാക്കണം.ആകെയൊരു ദിഗ്ഭ്രമം"

"യാത്ര സർറിയൽ ആയല്ലോ. കൂടെ ദാലിയെ കൂട്ടാരുന്നില്ലേ? കാലഭ്രമം കൂടി തരപ്പെട്ടേനെ."

"ദാലി സർറിയാലിറ്റി ഷോയുടെ ജഡ്ജിയാകാൻ പോയി."

അപൂർവ്വങ്ങളിൽ അപൂർവ്വമായേ ടിയാൻ ഈ വഴിക്കിറങ്ങാറുള്ളൂ. വന്നാൽ ഇറയത്ത് പത്മാസനത്തിൽ ഒരു തുമ്പയെപ്പോലെ ഇരിക്കും. അയലത്തെ കുമ്പ വന്നാൽ ഒന്നു മുറുക്കും. നാലുംകൂട്ടി. അതല്ലെങ്കിൽ മുറ്റത്തെ പടുകിഴവൻ എരിഞ്ഞിയിൽ ദൃഷ്ടി തറപ്പിക്കും. ധ്യാനസ്ഥനാകും. മിണ്ടില്ല. ചിലപ്പോ ചുമരിലൊക്കെ എന്തൊക്കെയോ കോറിവരക്കും. അപഹാസചിത്രങ്ങൾ. പൂച്ചയുണ്ടെങ്കിൽ അതുമായി അതീന്ദ്രിയലീലയിലാകും യതീന്ദ്രൻ.

ഇത്തവണയും ഒരഞ്ചു മിനുട്ടിരുന്നു. ഇറയമില്ലാത്തതുകൊണ്ട് മറയത്തായിരുന്നു. കരിഞ്ഞുപോയ എരിഞ്ഞി പാലപോലെ പൂക്കുന്നത് നോക്കിയില്ല.

മൌനത്തെ ശബ്ദം കൊണ്ടു വേധിച്ച് കുഞ്ഞുണ്ണിയോടു ചോദിച്ചു:

"ഇപ്പഴെന്തു ചെയ്യുന്നു?"

"ബൻഗർവാടി വായിക്കുന്നു. എന്നെ കട്ടെഴുതിയത് പോലുണ്ട്."

"അതു കാര്യമാക്കണ്ട. സാഹിത്യത്തിൽ മോഷണമില്ല എന്ന് വിജയൻ മാഷ് പറഞ്ഞത് ഓർമ്മയില്ലേ? വിജയനു മീതെ ഒരു ബൻഗർവാടിയും പറക്കില്ല. വ്യാസനെ കട്ടില്ലേ വാസുദേവൻ? ഒരു മൂത്ത നായരായിട്ടു പോലും? ആർക്കും ആരെയും എപ്പോ വേണമെങ്കിലും കക്കാം. മറ്റൊന്നിൻ ധർമ്മയോഗത്താൽ അതു താനല്ലിയോ ഇത് എന്ന് വർണ്ണ്യത്തെ നോക്കി ശങ്കിക്കുന്നവരെ ഉൽപ്രേക്ഷകർ എന്ന് ശപിച്ച് വെണ്ണീറും തണ്ണീരുമാക്ക്. ഇവറ്റകൾക്കൊക്കെ അതേയുള്ളൂ മരുന്ന്.

മന്ത്രവും. പുനത്തിൽ ടാഗോറല്ലേ, അങ്ങേരിങ്ങേരല്ലേ എന്ന് ശങ്കിച്ചവർക്ക് വിജയൻമാഷ് കൊടുത്തില്ലേ കുഞ്ഞുണ്ണി മാഷേ, ശരിക്കും?"

തെല്ലിട പല്ലിട ഈർക്കിൽകൊണ്ട് കുത്തി കുഞ്ഞുണ്ണി വചിച്ചു:

"വെറുതേ തെണ്ടിത്തിരിഞ്ഞു വന്നതല്ല ഞാൻ. ഒരാൾ നിന്നെ അന്വേഷിച്ചു."

"ആരപ്പാ?"

"ഊസ്പെൻസ്കി. ഒന്നു വന്നു കണ്ടോട്ടെ എന്നു ചോദിക്കാൻ പറഞ്ഞു."

"കാണാൻ മാത്രമുള്ള മുതലല്ലല്ലോ ഞാൻ. ഒരു മുതല പോലുമല്ലല്ലോ."

"പ്രപഞ്ചത്തിന്റെ ഫോർത്ത് ഡിമൻഷനെക്കുറിച്ച് സംസാരിക്കാനാണെന്ന് തോന്നുന്നു. കണ്ടിട്ടുപൊക്കോട്ടെ."

"ആട്ടെ."

"എന്നാ, ഇനി ഞാൻ ഉറങ്ങട്ടെ, അല്ല, ഇറങ്ങട്ടെ."

തെക്കുള്ള തിരുവനന്തപുരത്തേക്ക് വടക്കുദിക്കിലൂടെ, വടക്കുംനാഥന്റെ അനുഗ്രഹത്തോടെ, പോകാൻ കുഞ്ഞുണ്ണി ഉറങ്ങി ഇറങ്ങിയപ്പോൾ നേരം നട്ടുച്ച. ഉച്ചിയിൽ സൂര്യൻ, എന്റെ ഇച്ചിരേ! ഉണ്ടിട്ടു പോകാമെന്ന് നായർക്കു ഉണ്ണാതെ തന്നെ ഒരുൾവിളി തോന്നി. അടക്കി. ഉപദംശിക്കാൻ സ്വന്തം ദംഷ്ട്ര മാത്രമേയുള്ളല്ലോ, അണ്ണാ! ആയകാലത്ത് പെണ്ണ് കെട്ടാത്തതിന്റെ കേട്. ആയ കാലത്ത് കെട്ടിയിരുന്നുവെങ്കിൽ ആ മഹിളാമണി വല്ലതും കരുതി വെക്കുമായിരുന്നു. അതെങ്ങിനെ? കെട്ടിയെടുക്കാൻ തുനിഞ്ഞ പെണ്ണിനെ മണ്ണ് ചാരിനിന്ന വിവരമില്ലാത്ത ഒരുത്തൻ കെട്ടിയല്ലോ. ദുഷ്ടൻ കടത്തികൊണ്ടുപോയി രാസ്ക്ക രാമാനം. എന്റെ തിരോനന്തരം ഭഗോതി! മറക്കാൻ പറ്റണോ? അന്ന് കുറ്റിയടിച്ച് ഉറപ്പിച്ചതാണ് പെണ്ണിനെ കാണില്ല, കേൾക്കില്ല, കെട്ടില്ല.

[*കെട്ടിയിടാതെയിരുന്നാൽ കെട്ടു പോയാലോ എന്നോർത്ത് പിന്നെ കെട്ടുകയുണ്ടായി. കെട്ടിയിട്ടവൾ ഇപ്പോഴകത്തില്ലാത്തതു കാരണം കെട്ടാത്തവനെന്ന് നടിച്ചതാണ്. എല്ലാം ഒരു നാട്യമല്ലേ നടരാജാ!*]

ഉണ്ടുകഴിഞ്ഞാൽ ഉണ്ണിക്കു സിയസ്തക്കു ആസക്തി വന്നെങ്കിലോ എന്നും ശങ്കിച്ചു. പിറകിൽനിന്നു വിളിച്ചില്ല. വല്ല പുരാണമോ, ഇതിഹാസമോ എഴുതാനുണ്ടാകും.

പുറത്തിറങ്ങി, പിന്നെ, ഒരൽപ്പം കാറ്റ് തിന്നു. ഉതുപ്പാൻ ചാടിച്ചത്ത കിണറ്റിൽനിന്ന് പച്ചവെള്ളവും എടുത്തു കുടിച്ചു. സ്റ്റേറ്റ് ബാങ്കിലെ ജീവനം പറ്റാത്തവനായതുകൊണ്ട് ഏമ്പക്കവും വിട്ടു. (എറ്റികുറ്റിന്റെ ഭാഗമായി

സ്റ്റേറ്റ് ബാങ്കിലെ ജീവനക്കാർക്ക് belching പാടില്ല. ഉപരിവായു നിഷിദ്ധം. അധോവായു സാധുവാണോ എന്തോ?)

കാറ്റിന്റെ കാര്യം പറഞ്ഞപ്പോഴാണ്, പണ്ട് പണ്ടാരമായി നടക്കു മ്പോൾ കാലുകൾ അകറ്റി വെച്ചിരുന്ന ഒരു പെങ്കിടാവിനോട് ശ്ലീ ശ്ലീല മല്ലാത്ത ഒരു കാര്യം പറഞ്ഞത്, സന്ദർഭത്തിന്ന വിനീത വിധേയനനായി, ഓർമ്മ വന്നത്:

“കാലുകൾ അടുപ്പിച്ചു വെച്ചിരിക്കുക. അകറ്റി വെക്കാതെ.”

“അകറ്റി വെച്ചാലെന്താ?”

“കാറ്റു കയറില്ലേ? ഭീമനെ പ്രസവിക്കേണ്ടി വരില്ലേ?”

ചെറുസുന്ദരി മുല പറിച്ചു വലിച്ചെറിഞ്ഞു പുരമെരിക്കുമെന്നാണ് കരുതിയത്. തെറിച്ച കുറത്തിക്കണ്ണുകി അട്ടഹസിക്കുകയാണുണ്ടായത്. പെണ്ണിനും നർമ്മം വഴങ്ങുമെന്ന വെളിപാടിന്റെ വെളിച്ചത്തിൽ കുളിച്ചു നിൽക്കേ, മൃഗനയനി ഒരു ചോദ്യം:

“എന്താടാ, നിനക്ക് കാറ്റാകണോ?”

ബ്ലീച്ചടിച്ച് കുമ്മായപ്പരുവമായിപ്പോയി.

അനിലഭോജനവും ജലപാനവും കഴിഞ്ഞു അനലനെ നോക്കിയ പ്പോ, ദാ, കിടക്കുന്നു നേരം ഇനിയും. നേരമ്പോക്ക് തരാവില്ലാ എന്ന് അറിയാവുന്നത് കൊണ്ട് നേരം കൊല്ലാൻ (*നേരത്തെ നമ്മളാണോ അതോ നേരം നമ്മളെയാണോ കൊല്ലുന്നത്*) സിയസ്റ്റ ആകാമെന്ന് നണ്ണി. ഫിയസ്റ്റക്ക് ശേഷം സിയസ്റ്റ എന്നല്ലോ വ്യവസ്ഥ.

2

ലഘുനിദ്ര കഴിഞ്ഞ് എഴുന്നേറ്റപ്പോൾ സന്ധ്യ. പ്രദോഷമോ, പ്രഭാതമോ എന്ന് ശങ്കിച്ചേൻ! തിരുവനന്തപുരത്തേക്ക് പോകാൻ വടക്കോട്ടുള്ള വണ്ടിക്കു ഒരു നല്ല ശീട്ടെടുക്കുന്നതനുസരിച്ച് പ്രഭാതമാകാനാണ് സാദ്ധ്യത. ദാലിയോടു ചോദിക്കണം.

ഉമ്മറത്തേക്കിറങ്ങിവന്നപ്പോൾ ഇരുത്തിയിൽ ഒരാൾ.

കണ്ടപ്പോൾ എഴുന്നേറ്റു.

“പരിചയപ്പെടുത്തണോ?”

“എന്തിന്? പ്രസിദ്ധനല്ലേ? ഇഹത്തിലും പരത്തിലും? തെക്കും വടക്കും, വിത്തും കൈക്കോട്ടും പോലെ, കൊന്തയും പൂണൂലും പോലെ...”

“തിരിച്ചറിയുമോ എന്ന് ശങ്കിച്ചു.”

അതിനു നമ്പൂരിയാ ഇയാൾ എന്ന് ചോദിക്കാൻ നാവോങ്ങി. വേണ്ടിടത്തും വേണ്ടാത്തയിടത്തുമായിപ്പോകുന്ന ശ്ലേഷം വിഴുങ്ങി.

“അകത്തേക്ക് കയറി ഇരിക്കാമല്ലോ.”

“പുറത്തിങ്ങനെ കാറ്റ് കൊണ്ടിരിക്കാനാ പൂതി.”

ഈ പൂതത്തിനും കാറ്റ് ഒരു വിഷയമല്ലോ എന്ന് ഇടശ്ശേരിയായി ചിന്തിച്ചു. കുഴികുത്തി മൂടി വേദനകൾ, കുതികൊണ്ടു ശക്തിയിലേക്കു നമ്മൾ എന്ന് നടിച്ചു. നടികർതിലകമായി. ഷെവലിയാർ പട്ടം ഇപ്പ കിട്ടും.

പൂതം പാടി:

“ഒന്നു വന്നു കാണണമെന്നു തോന്നി,

എന്നാലൊന്നുമേയില്ല കാണിക്കയായി.”

വെറുംകയ്യും വീശി കാറ്റുപോലെ വന്നിരിക്കയാണ് ബല്ലാത്ത പഹയൻ. സന്തോഷം സ്ഫുരിക്കുന്ന ഒരു ചെറു പുഞ്ചിരി ചിറിയിൽ വിരിയിച്ച്, ‘അതിലൊന്നും കാര്യമില്ലെ’ന്ന് അനുശോചനം പോലെ

പറഞ്ഞു. സാന്ത്വനമായിരുന്നു ഉദ്ദേശിച്ചത്. ഗ്രന്ഥകർത്താവിന്റെ ഉദ്ദേശ്യം വായിക്കുന്ന പണ്ഡിതന് പിടികിട്ടണമെന്ന് വാശി പിടിക്കാൻ പറ്റില്ലല്ലോ. പിടിവാശിയായിപ്പോകില്ലേ?

"ബംഗാളിൽനിന്ന് മോസ്കോയിലേക്ക് പറക്കാനായിരുന്നു ദിവാസ്വപ്നം കണ്ടത്. അവ[illegible]കുട്ടു ഇവിടെയുണ്ടെന്ന് നേരെ ഇങ്ങോട്ടിഴഞ്ഞു."

"എന്തേ ബംഗാളിൽ?"

"ദുർഗാ പ്രസാദ് ഖത്രിയുടെ കയ്യിലൊരു മൃത്യുകിരണമുണ്ടെന്നു കേൾക്കുകയുണ്ടായി. അശരീരി വഴി. എന്നാൽ അതു കണ്ടിട്ടാകാം ചാകുന്നതെന്ന് നിശ്ചയിച്ചു."

"അല്ലാതെ മമതയോട് മമത തോന്നിയിട്ടല്ലാ?"

"ദീദിക്ക് തിരക്കല്ലേ? നേരമില്ല."

"മൃത്യുകിരണം കണ്ടോ?"

"വന്നു. കണ്ടു. കൊണ്ടു. ഇതാ കാണുന്നില്ലേ, ഞാൻ പ്രേതമായി നടക്കുന്നത്!"

"ആട്ടെ, ഗുർജിയേഫിനു സുഖമല്ലേ?"

"അദ്ദേഹവും ഞാനും ഫ്രായിഡും യുംഗും പോലെയായി. അഥവാ ഫ്രായിഡും റീഹ്ഹും പോലെ."

"അതു മറന്നതിന്റെ പുറത്തു ചോദിച്ചു പോയതാണ്. സർവ്വാപരാധം ക്ഷമസ്വ: പോട്ടെ, ഇപ്പൊ എന്താ വ്യവഹാരം?, വായനയോ, എഴുത്തുകുത്തോ, അതോ കത്തിക്കുത്തോ?"

"എന്നും ഫിനിഗൻസ് വേയ്ക്ക് വായിച്ചാണ് സ്ലീപ്. നമ്മുടെ പുരാണങ്ങളെ മറക്കരുതല്ലോ? നിങ്ങളുടെ വേദേതിഹാസങ്ങളിൽ എല്ലാ ശാസ്ത്രവും ശാസ്ത്രവുമെണ്ടെന്നല്ലേ നിങ്ങളുടെ സുപ്രധാൻ മന്ത്രി മോദിജി മൊഴിഞ്ഞത്?"

"ജോയ്സ് എഴുതിയതും ഉറങ്ങിയിട്ടാണെന്നാണ് ശ്രുതിയെന്നാണ് എന്റെ സ്മൃതി. ഇറാനിലൊക്കെ അങ്ങിനെയാണ് സ്തോത്രം. ഫിനിഗൻ, യു വേയ്ക്ക്, ഐ സ്ലീപ് എന്നത്രേ ജോയ്സ് ആശാൻ പറഞ്ഞത്."

"അതു വായിക്കുകയാൽ രാത്രി പേടിസ്വപ്നം കണ്ടു ഞെട്ടിയുണരാറുണ്ട്. കണിയാരെക്കൊണ്ട് ഒന്നൂതിക്കണം."

"ചുട്ട കോഴിയെ ഊതിപ്പറപ്പിച്ചു വെടിവെച്ച് കളിക്കുന്ന ഒരു കണിയാരുണ്ട് ഇവിടെയടുത്ത്. സമർത്ഥൻ."

"എങ്കിൽ നേരം കൊല്ലാതെ അവിടേക്കു വഴിതെളിക്കിൻ. ഇക്ഷണം."

തൽക്ഷണം രണ്ടാളും പെരുവഴിയിലായി

3

കണിയാർ വടക്കൻ മലബാർ വോഡ്കയും കുടിച്ച് ചുട്ട കോഴിയെ പറപ്പിച്ച് വെടിവെച്ച കളിക്കുന്ന നേരത്താണ് ഔസ്പെൻസ്കിയും എളിയവനും തിര നോക്കിയത്. ആൾ ഹോമോ ആയതിനാൽ കോഴിയെപ്പോലെ കൂവിയാണ് കെട്ടിപ്പിടിച്ചത്:

"ചെറുപ്പം വിടാത്ത രാത്രിയിൽ എന്തേ, കുണ്ടൻസ്? പറപ്പിച്ച് ആകാശം മുട്ടിക്കണോ രണ്ടിനെയും, ഒരേ സമയത്ത്?"

കാര്യം പറഞ്ഞു. കണിയാർ ഊതി. പെൻസ്കി പൂ പോലെ പറന്നു; വീണപൂവായി താഴെ ഇടിച്ച വീണപ്പോൾ, ദിവ്യൻ പറഞ്ഞു:

"രണ്ടുതരം മനസ്സുണ്ട്. ഒന്ന് യുക്തിവാദികളുടെ മനസ്സ്. ലോകവ്യവഹാരത്തിനപ്പുറത്ത് അതിൽ വലിയ കാരമില്ല. രണ്ട്, അതീന്ദ്രിയമായി അനുഭവിച്ചറിയുന്ന മനസ്സ്. ഫിന്നിഗൻസ് വേയ്ക്ക് വായിക്കാൻ രണ്ടാം മനസ്സ വേണം. രണ്ടാമൂഴം വായിക്കുന്ന ഒരു വഹ പെർവേർട്ടഡ് (അശ്ലീല) മനസ്സ പോരാ. അങ്ങിനെ വായിച്ചാൽ മതിഭ്രമം വരും. പേടിസ്വപ്നം കാണും. ഞെട്ടും. വിറക്കും. തരിക്കും. മനസ്സിലാക്കണം എന്ന് വാശി പിടിക്കാതെ വായിക്യാ. ഞാനീ പെൻസു വിസ്കിക്ക് അതിനുള്ള തൃക്കണ്ണു തുറപ്പിച്ചിട്ടുണ്ട്.

പെൻസ്കി:

"നന്ദി ഞാൻ കണിയാരോട് ചൊല്ലുന്നു."

ദിവ്യൻ തുടർന്നു::

"ഔ, എന്റെ പെൻസ്കി, നിന്നോട് രതിയെക്കുറിച്ചും, സംഭോഗത്തെക്കുറിച്ചും ചിലത് പറയാനുണ്ട്. sex എന്ന ആംഗല പദത്തിന്

സമാനമായൊരു മലയാള പദം കിട്ടുന്നില്ലല്ലോ, ഗുരുവായൂരപ്പാ! മലയാളിപ്പിശാചുക്കൾ അതു വെടക്കാക്കി. തനിക്കാക്കാനാകും."

"വടക്കോട്ട് തിരോനന്തരത്തേക്ക് പോയ പാലക്കാടൻ കുഞ്ഞുണ്ണിയും തുല്യമായ ഒരു പദം കിട്ടാൻ വളരെ പണിപ്പെട്ടെന്ന് ഗ്രാമസൌഭാഗ്യമായ സാറചേച്ചിയും പറഞ്ഞു. രതി. സംഭോഗം. ലൈംഗികത. കണിയാർ sex എന്നുതന്നെ പ്രയോഗിച്ചോ. സുന്ദരമായത് എവിടെയാലും സ്വീകാര്യം. കണിയാർക്കു പറയാനുള്ളത് പറ. തറയാണെങ്കിലും."

കണിയാർ മുരടനക്കി. ദീർഘമായ ഒരു പ്രഭാഷണത്തിന് ആമുഖമായി. ഇനി കളി കണിയാരുടേതാണ്. ആൾ സീരിയസ്സാണ്. അലമ്പു പ്രതീക്ഷിക്കരുത്.

4

അഴീക്കോട്ടെ സുകുമാരൻ സാറായി കണിയാർ വേഷം പകരുന്ന അതേ നേരത്തു കുഞ്ഞുണ്ണിക്കിടാവ് മംഗലാപുരത്തു നിന്ന് തിരുവനന്തപുരത്തേക്കുള്ള തീവണ്ടിയിലെ നല്ലൊരു പെട്ടിയിൽ കയറു കയായിരുന്നു. വടക്കോട്ടു സഞ്ചരിച്ച് എങ്ങിനെ തെക്കോട്ടെത്താം എന്ന പ്രഹേളിക പരിഹരിക്കാൻ രസികൻ വടക്കോട്ടു മുഖം തിരിച്ചിരിക്കാൻ സൗകര്യമുള്ള ഒരിരിപ്പിടത്തിലാണ് ആസനം സ്ഥാപിച്ചത്. വണ്ടി പായുന്നത് തെക്കോട്ടേക്കാണെങ്കിലും കുഞ്ഞുണ്ണി വടക്കോട്ടാണല്ലോ. അപരിഹാര്യമെന്നു തോന്നിയ ഒരു പ്രഹേളിക ഒരു ഗുളിക കഴിക്കുന്ന ലാഘവത്തോടെ പരിഹരിക്കാൻ കഴിഞ്ഞ ചാരിതാർത്ഥ്യത്തിൽ മുനി വര്യൻ ഒരു പെരിമേസൺ നോവൽ വായിക്കാമെന്നു വിചാരിച്ചു. യാത്ര ദീർഘമാണല്ലോ. എന്നാൽ എം. പി. നാറാപ്പിള്ളക്ക് പെരിമേസണെ ഇഷ്ടമല്ലല്ലോ എന്നോർത്തു മുഷിഞ്ഞു. യാത്ര തീരും വരെ ഇന്ദ്രിയാ തീതശക്തിയാൽ മൂന്നാം കണ്ണും ചെവിയും തുറന്ന് കണിയാരുടെ രതിപുരാണപരമ്പര അനുഭവിക്കാമെന്ന് തീരുമാനിച്ചു. ഉടൻ തന്നെ സുകുമാർ അഴീക്കോടായി കണിയാർ മുരടനക്കുന്നത് (ദൃഷ്ടിക്കുമുമ്പിൽ) ഗോചരീഭവിച്ചു. അവതരിച്ചു.

കണിയാർ:

"ട്ടോ, സ്ത്രീ, ആണിനു പെണ്ണിനോടുള്ള ആകർഷണം ജീവന്റെ മുഖ്യമായ പ്രേരകശക്തികളിലൊന്നാണ്. അതു ഏതേതു രൂപത്തിൽ, എത്രയെത്ര തീവ്രമായി പ്രതിഭാസിക്കുന്നുവോ അതനുസരിച്ചിരിക്കും ഒരാളുടെ മറ്റു ഗുണങ്ങളും സവിശേഷതകളും. പൊതുവേ, എത്ര ശക്തിയു ണ്ടോ അത്ര ശക്തമായിരിക്കും പരസ്പരാകർഷണം. വൈകാരികമായും

ധൈഷണികമായും സമ്പന്നരായ സ്ത്രീപുരുഷന്മാർക്കിടയിൽ രതിയെക്കുറിച്ചും അതുമായി ബന്ധപ്പെട്ട എല്ലാറ്റിനെക്കുറിച്ചുമുള്ള അവബോധവും അവയുടെ ആസ്വാദനവും ഏറും. അതായത്, രാമനും സീതക്കുമിടയിലുള്ള രതിയായിരിക്കില്ല കൃഷ്ണനും രുഗ്മിണിക്കുമിടയിലെ രതി. കൃഷ്ണനു [illegible] ...ാരത്തിനും ...ാരത്തിനും മീതെ [illegible] ആ[illegible] രാതീതനായ കൃഷ്ണപരുന്തല്ലേ അദ്ദേഹം?

“സാധാരണ വീക്ഷണത്തിൽ, പ്രകൃതി ലിംഗവിഭജനമുണ്ടാക്കിയതും പ്രേമമുണ്ടാക്കിയതും ഒരേ ഒരു കാര്യം ലാക്കാക്കിയാണ്. കുഞ്ഞുണ്ണിയുടെ ഭാഷയിൽ പറഞ്ഞാൽ, ജീവന്റെ നൈരന്തര്യം ഉന്നം വെച്ചുകൊണ്ടുള്ളതാണീ പാരസ്പര്യം. ഈ വീക്ഷണത്തിലൂടെ കണ്ണ് പായിച്ചാലും, ഒരു കാര്യം കൂടി സ്ഫടികം പോലെ വ്യക്തമാകും. ജീവന്റെ തുടർച്ചയെന്ന ലക്ഷ്യസാദ്ധ്യത്തിനു വേണ്ടതിലുമെത്രയോ അധികം പ്രേമോർജ്ജം പ്രകൃതി മനുഷ്യനിൽ കുത്തിനിറച്ചിട്ടുണ്ടെന്ന വസ്തുത. മിച്ചം വരുന്ന ഊർജ്ജം, സാധാരണ നിലയിൽ, മറ്റു തരത്തിലുള്ള ഊർജ്ജങ്ങളായും വികാരങ്ങളായും പരിണമിച്ചു പോകും. അവ പലപ്പോഴും, അനാരോഗ്യകരവും വിനാശകാരികളുമായിരിക്കും.

കാമോർജ്ജത്തിന്റെ എത്ര ചെറിയൊരു അംശമാണ് ജീവന്റെ തുടർച്ചക്കായി പ്രകൃതി ചിലവഴിക്കുന്നതെന്ന് കണക്കാക്കുമ്പോൾ, പ്രകൃതിയുടെ വികൃതിയുടെ പിറകിലുള്ള അടിസ്ഥാനതത്വം നമുക്കു മനസ്സിലാകും. ഒരു പ്രത്യേക കാര്യസാദ്ധ്യത്തിനായി പ്രകൃതി എത്ര തീവ്രമായ സമ്മർദ്ദമാണ് മനുഷ്യനിലുണ്ടാക്കുന്നത്. പ്രേമത്തിൽപെട്ടവരുടെ എരിപൊരി സഞ്ചാരത്തെപ്പറ്റി സ്റ്റിക്കു ഞാൻ പറഞ്ഞു തരേണ്ടല്ലോ? എന്നിട്ടതിന്റെ ആയിരത്തിലൊന്നാണ് തന്റെ ലക്ഷ്യത്തിന് പ്രകൃതി ഉപയോഗിക്കുന്നത്. പാഴ്ചെലവാന്നേ! പക്ഷെ, ഈ ശക്തിയുടെ കുത്തൊഴുക്കില്ലാതെ പ്രകൃതിക്കു മനുഷ്യനെ തന്റെ കാര്യത്തിന് ഉപയോഗപ്പെടുത്താനാകില്ല. ഈ ശക്തിയുടെ ആധിക്യം മനുഷ്യരെ അന്ധരാക്കുന്നു. വിഡ്ഢികളുടെ വിചാരം അവർ സ്വന്തം കാമനകളെയും വികാരങ്ങളെയും തൃപ്തമാക്കുകയാണെന്നാണ്. വാസ്തവത്തിൽ പ്രകൃതി അവരെ മയക്കി അവളുടെ കാര്യം നേടുകയാണ്.”

കണിയാർ ഒന്നു നിർത്തി. പിന്നെയൊന്നു മുറുക്കി. വായമുഴുവൻ രക്തനിറമായപ്പോൾ നീട്ടിത്തുപ്പി.വോഡ്ക തീർന്നതിനാൽ, പാറപ്പുറത്ത് ഒരൽപ്പം ഫെനി വിഴുങ്ങി. പറമ്പാകെ പറങ്കിമാങ്ങയുടെ സുഗന്ധം പരന്നു. കോഴിക്കോട്ടേക്ക് പറങ്കിമാങ്ങയണ്ടിയുമായി വന്ന ദ ഗാമയെന്ന കടലാമയെ സ്മരിച്ചു. വാസ്കോയ്ക്കൊപ്പം കുഞ്ഞാലിക്കുട്ടിയെയും. ഒരൽപ്പം ഐസ്ക്രീം കിട്ടിയിരുന്നെങ്കിൽ എന്നാശിച്ചു. മന്ത്രവാദിയായതിനാൽ

പഞ്ചഭൂതങ്ങളെ വശീകരിച്ച് അതും സാധിച്ചു. പഞ്ചഭൂതങ്ങളൊക്കെ കണിയാർക്ക് പുല്ലാണ്.

വണ്ടിയിലിരിക്കുന്ന കുഞ്ഞുണ്ണി(പഴയ) മാഷ് തൃക്കണ്ണ് പൂട്ടി. ഭൂമിയിൽ സന്മനസ്സുള്ള തെണ്ടികൾക്കു മാത്രം സമാധനമുണ്ടാകട്ടെ എന്ന് പ്രാർത്ഥിച്ചു.

ഇളവെട്ടത്തശേഷംവീണ്ടും വിളയാനായി കണിയാർ വാ തുറന്നപ്പോൾ, ഔസ്പെൻസ്കി മൊഴിഞ്ഞു:

“ഇതൊക്കെ ഞാനും എഴുതിവെച്ചതാണല്ലോ, കൺകണ്ട കാരണവരേ?”

“ബോൾഷെവിക് അല്ലാത്ത നീയ് ഇതെന്റെ മനസ്സിൽനിന്നു മോഷ്ടിച്ചതല്ലേ? വെറുമൊരു മോഷ്ടാവായ നിന്നെ കള്ളനെന്നു വിളിക്കാനാണ് ഈ പൂതത്തിന്റെ പൂതി.”

“ബട്ട് അയാം നോ പ്ലെയ്ജിയരിസ്റ്റ്!”

“നീ കമ്മ്യൂണിസ്റ്റ് ആണെങ്കിലല്ലേ പ്ലെയ്ജിയരിസ്റ്റ് എന്നു പറയാനൊക്കൂ. ഇവിടുത്തെ കമ്മ്യൂണിസ്റ്റുകാരെല്ലാം മാർക്സിനെയും, എംഗൽസിനെയും, ഗ്രാംഷിയെയും, ആൽത്തൂസറേയും അടിച്ചു മാറ്റിയിട്ട് അവരെയാരെങ്കിലും പ്ലെയ്ജിയരിസ്റ്റ് എന്ന് വിളിച്ചോ? ഇനിയും പറയാനുണ്ടെന്റെ ഇസ്കി മാപ്പിളേ?”

ഇസ്കി അടങ്ങി. കുഞ്ഞുണ്ണിക്കിടാവും ടെലിവിഷം ഓൺ ചെയ്തു. ഫെനി വഴി ഹവ്വാ, അല്ലാ, ഗോവാ ബീച്ചിലെത്തിയ കണിയാർ തുടർന്നു:

“രതി മൂന്നു തരം. നീചം അഥവാ ഇൻഫ്രാ; സാദാ അഥവാ നോർമൽ, ഉച്ചം അഥവാ അൾട്രാ. “

“ആദ്യം നീചനാകട്ടെ. ശുഭസ്യ നീചം എന്നല്ലേ? അതും ശീഘ്രമായി.”

“നീചനു രതി മാലിന്യമാണ്. രതിയും അതുമായി ബന്ധപ്പെട്ടതുമെല്ലാം അവനു മലിനമാണ്. രതിയെന്നു പറയുമ്പോൾ അവൻ കണ്ണാടി നോക്കുക മലിന നദിയിലാണ്. പുള്ളിമാനെയല്ല അവൻ കാണുക. പുരീഷഭോജികളെയാണ്. വൃത്തികെട്ട വാക്കുകൾ കൊണ്ടാണ് അവൻ രതിയെക്കുറിച്ച് വചിക്കുകയും ചിന്തിക്കുകയും ചെയ്യുക. രതി, രതിയുമായി ബന്ധമുള്ള എല്ലാത്തിനും മീതെ അവൻ മനസാ ചെളി വാരിയെറിയും. എന്നാലോ അവൻ രതിക്കടിമയായിരിക്കുകയും ചെയ്യും. മറ്റുള്ളവരും അവനെപ്പോലെ അതിനു അടിമയാണെന്ന ഉറച്ച വിശ്വാസവും അവനുണ്ടാകും. വൃത്തികെട്ട എല്ലാ രതിക്രിയകളും, രതി വൃത്തിയില്ലാത്തവളാണെന്നതു കൊണ്ട്, അവനു മനസാ പ്രിയമായിരിക്കും. ജന്തുക്കളുമായി രമിക്കുക, കുട്ടികളുമായി നേരമ്പോക്ക് നടത്തുക, സ്വയം രമിക്കുക,

ഭോഗത്തെ ഭയക്കുക, ജുഗുപ്സയുണ്ടാകുക, രതി തന്നെ ഉപേക്ഷിച്ച് ബ്ര ഹ്മചാരിയാകുക, പങ്കാളിയെ സ്വകാര്യ സ്വത്താണെന്ന് വിചാരിക്കുക, അക്രമാസക്തമായി പ്രേമിക്കുക, കുശുമ്പും കുന്നായ്മയുമുണ്ടാകുക, മസോക്കിസം, സേഡിസം, സംഭോഗത്വരയുള്ളവനെ പരമശിവനെ [illegible]പ്പോലെ [illegible] [illegible]യെയും നീചരതിയുടെ ലക്ഷണങ്ങൾ തന്നെ. പാലക്കാട്ടെ ഒരു പട്ടരായ കുന്തം കുലുക്കിയുടെ ഒഥല്ലോ നീച രതിക്ക് നല്ല ദൃഷ്ടാന്തമാണ്. നീചൻ ശ്ലീലമല്ലാത്ത പദങ്ങൾ കൊണ്ടേ രതിയെ ക്കുറിച്ച് പറയൂ. രതിയെക്കുറിച്ചുള്ള വൃത്തികെട്ട കഥകളും, തമാശകളും കേൾക്കാൻ അവനിഷ്ടമാണ്. പെണ്ണു കാലകറ്റിയിരുന്നാൽ ഭീമനെ പെറുമെന്നു പറയുമ്പോലുള്ള കഥകൾ അവനു രസമേകും. അവനെ പ്പോലെ തന്നെ അവനെല്ലാം വൃത്തികെട്ടതാണ്. രതിയെ ഇടിച്ചു താഴ്ത്തു കയാണ് അവന്റെ ലക്ഷ്യം. അതല്ലെങ്കിൽ രതിയെ പരിഹസിക്കുക. രതിയിലെപ്പോഴും അപഹാസ്യമായ ഒന്നവൻ കണ്ടെത്തും. രതിയെ പരിഹസിക്കുമ്പോഴാണ് പോർണോഗ്രഫി പിറക്കുന്നത്. ഷക്കീല, സിൽക്ക് സ്മിത, ജയമാലിനി എന്നിവരെയൊക്കെ കളിയാക്കുന്നത് ഹീനരതിയുടെ ലക്ഷണമാണ്."

"ആരാ ഈ ഷക്കീല?"

"മാതാ ഹരി പോലെ ഒരാൾ."

"സ്പൈ ആയിരുന്നോ?"

"അല്ല, അവരെ മറ്റുള്ളവർ എസ്പൈ ചെയ്യുമായിരുന്നു."

"ശാഖാചംക്രമണം വേണ്ടാ. വിഷയത്തിലേക്ക് വരൂ."

"വിഷയിയായതുകൊണ്ട് അതിനു വിഷമമില്ല.വരാം."

ഇത്രയും ഉവചിച്ചപ്പോഴേക്കും നിലാവുദിച്ചു. ഇരുട്ടിലായിരുന്നതൊ ക്കെ വെളിച്ചം കണ്ടു മഞ്ഞളിച്ചു. ധ്യാനത്തിലിരിക്കുന്ന ഒരു കൊക്കാണ് കണിയാരെന്നതോന്നലുണ്ടായി. ബകധ്യാനമല്ലേ ഇത്? അത്താഴ ത്തിനു മീൻ വേണമെന്ന നിർബന്ധമുണ്ടാകും. പി. പി. രാജൻ മാഷോട് പറഞ്ഞാൽ ഭാസ്കരേട്ടൻ വഴി എത്തിച്ചേനെ. പൊടുന്നനെ, ഗോവയി ലേക്ക് പോയ സൂക്ഷ്മശരീരം തിരിച്ചെത്തി, വീണ്ടും പുറപ്പെട്ടു പോയെന്ന പ്രതീതി ഉണ്ടായി. പ്രീതിയെയും കൂടെ കൂട്ടിയോ ആവോ? അതോ ഗീത മാത്രം മതിയെന്ന് തീരുമാനിച്ചോ? ഒന്നു കുലുക്കി വിളിച്ചാലോ എന്ന് ശങ്കിച്ചപ്പോൾ കണിയാരുടെ ഭൗതികവും, രസായനീയവുമായ ശരീരം പഴുത്ത ഒരു കശുമാങ്ങ പോലെ താഴേക്കു ചെരിഞ്ഞു. ആന ചെരിയുന്ന തെങ്ങിനെയെന്നു തെളിയിക്കുമ്പോലെ.

5

പോലീസുപുള്ളികൾ എത്തിയത് പൊട്ടനുദിച്ചതിനു ശേഷമാണ്. ഇൻസ്പെക്ടർ ശരീരം പരിശോധിച്ചു. ആത്മാവ് വേർപെട്ടതിനാൽ അവനെ പരിശോധനക്ക് കിട്ടിയില്ല. പഞ്ചഭൂതാത്മകം വേറെ വേറെ ഭൂതങ്ങളായി വേർപിരിഞ്ഞിട്ടില്ലാത്തതുകൊണ്ട് മരണഹേതു, ഹേതുഹേതുമദ്ഭൂതകാലത്തിൽ നിന്നു നിർദ്ധാരണം ചെയ്തുവെന്ന് എം. പി. ശങ്കുണ്ണി നായരേക്കാൾ പാണ്ഡിത്യമുള്ള ഇൻസ്പെക്റ്റർ പറഞ്ഞു. അപ്പോൾ ഇസ്കി പറഞ്ഞു:

"ഐ സ്മെൽ എ റാറ്റ്."

സംസ്കൃതവും, കോട്ടയംകാരി ആനിയെപ്പോലെ, ഇച്ചിരി മലയാളവും മാത്രമറിയുന്ന കുറ്റാന്വേഷകനു മനസ്സിലാക്കാൻ മലയാളത്തിലും പറഞ്ഞു:

"ഞാൻ ഒരു മൂഷികനെ മണക്കുന്നു. ഒന്നു പൂശാനും തോന്നുന്നു."

ഇൻസ്പെകറ്റർക്കു കലി കയറി. എങ്കിലും, കളിയായ് പറഞ്ഞു:

"ഇയാൾക്ക് മണക്കാൻ വേറൊന്നും കിട്ടിയില്ലേ? ഇതിൽ മൂഷികനും പൂശകനും പുലിയുമൊന്നുമില്ല. അദ്ദേഹം സമാധിയായതാണ്."

"ഹോമോകൾക്ക് സമാധി സാദ്ധ്യമോ?"

"കണിയാർ ഹോമോ ആയിരുന്നില്ല. ഭാര്യയിൽനിന്നു രക്ഷപ്പെടാനുള്ള നാട്യശാസ്ത്രമായിരുന്നു ഭരതമുനിയുടെ ഹോമോനാടകം. ഇദ്ദേഹത്തിന് ഈ മനോഹരതീരത്ത് ഇനിയൊരു ജന്മമില്ല."

"അപ്പൊ, നൊമ്മടെ കാര്യം?"

ഇസ്ലിക്ക് കണ്ഠത്തിൽ ഗദ്ഗദത്തിന്റെ കുരു വന്നു. കുരുപൊട്ടി. കൌര വനായപ്പോൾ വീണ്ടും മൊഴിഞ്ഞു:

“ഇനിയാരുതുടരുമീ രതിപുരാണം? ശിവൻ ദഹിപ്പിച്ച കാമനെത്തേടി അവളിനി എത്ര നാൾ അലയണം?”

ഇൻസ്പെക്ടർ പറഞ്ഞു:

“മാ ശങ്ക, നിഷാദാ! എന്റെ കസ്റ്റഡിയിൽ ഒരു കള്ളനുണ്ട്. കബീറിന്റെ മകൻ കമാൽ. കമാലുദ്ദീന് ഇക്കഥ തുടരാൻ കഴിയും.”

“എങ്കിൽ ഈ ഭൌതികദേഹം ഭസ്മമാക്കിയ തദനന്തരം നമുക്ക കമാൽ കാ ആദ്മിയെ കാണണം.”

“ഇത് ഭസ്മമാക്കില്ല. സമാധിസ്ഥരെ കുത്തനെ കുഴിച്ചിട്ട അവിടെ മണ്ഡപം പണിയുകയാണ് പതിവ് ഫ്ലോബേർ ശൈലി.”

“രക്തസാക്ഷി മണ്ഡപം പോലെ?”

“അതെ. മണ്ഡപം കിട്ടുമെന്ന് കരുതിയാണ് പലരും മണ്ഡലക്കാല ത്ത് മലയിലേക്ക പോയി പേ(ട്ട) തുള്ളുന്നത്.”

“എങ്കിൽ ഉടൻ വേണ്ടത് വേണ്ടതു പോലെ വേണ്ട സ്ഥലത്ത് വേണ്ട സമയത്ത് ചെയ്യാനുള്ള ഏർപ്പാടാക്കാം.”

ദേ എന്ന് പറയുന്ന നേരംകൊണ്ട് മണ്ഡപം പൊങ്ങി. അതിനുമു മ്പിൽ സർവ്വാംഗവും കൂട്ടി നമസ്കരിച്ച് കബീറിന്റെ മോൻ കമാൽ കാ ആദ്മിയെ തേടിയിറങ്ങി.

6

മാർഗ്ഗമദ്ധ്യേ, മാർഗ്ഗം കളി ഉണ്ടായിരുന്നില്ലെങ്കിലും, ഒരു ഗാനം അന്തരീക്ഷത്തിൽ തരംഗിതമായി. തരംഗിണീ സ്റ്റുഡിയോയിൽനിന്നെന്നപോലെ. സ്കീയുടെ കോശഭാഷിണിയിൽനിന്നുള്ള വിളിപ്പാട്ട്. ദൂരഭാഷിണിയുടെ തിരയിൽത്തെളിഞ്ഞ ആധാർ ശീട്ടിലെ പേര് നോക്കി സ്കി. ആത്മഗതം പ്രകാശമാക്കി:

"കൊൽക്കത്തായിൽ നിന്ന് ഖൊത്രിയാണ്."

"ഷീക്ക് സെൽ സ്കീ!"

"ആപ്പിളാണ്. നിത്യം ഒരു വൈദ്യനെയെങ്കിലും അകറ്റി നിർത്താൻ സഹായിക്കുന്ന സാധനം."

"ഇരിക്കട്ടെ. നടക്കട്ടെ. എന്താ സുവിശേഷം?"

"കുവിശേഷമാണ്."

"?"

"കണിയാരുടേത് മരണമല്ലത്രേ. ഹത്യയാണത്രേ? കുഞ്ഞുണ്ണി തന്റെ ഡിവൈൻ ടിവി കോമഡിയിൽ കണ്ടു പോലും. നിലാവിനെ മറയാക്കി മൃത്യുകിരണം കൊണ്ടുള്ള ഹത്യ."

"ആത്മഹത്യയല്ലേ?"

"ആത്മാവാണ് ഹന്താവെങ്കിൽ അതു കണ്ടുപിടിക്കണമെന്നാണ് ഹൈക്കമാണ്ട്."

"അതിന് ഒരു ഒന്നൊന്നര ഇൻസ്പെക്ടർ വേണ്ടി വരില്ലേ?"

“ഡിറ്റക്ടീവ് മാർക്സിനുമായി ബന്ധപ്പെടാനാണ് നിർദ്ദേശം. അയാളെ കിട്ടിയില്ലെങ്കിൽ ഏംഗൽസിനെ, സോറി, പുഷ്പരാജിനെ.”

“മാർക്സിനാണെങ്കിൽ ഹാഫ് എ കൊറോണാ സിഗാർസ് എമ്പാടും വേണ്ടി വരും. മാർക്സായിരുന്നെങ്കിൽ വില കുറഞ്ഞ ഹവാനാ മതിയാകുമായിരുന്നു.”

“കാര്യം കുഴയുമെന്നു തോന്നുന്നു. കുഴ ചക്കപോലെ.”

ചക്കയുടെ കാര്യം പറഞ്ഞപ്പോൾ ഈയുള്ള എളിയവൻ ചക്കിയെ ഓർത്തു. പഴംചക്കയുടെ മണമായിരുന്നു സുന്ദരിക്ക്. ചക്കിയെക്കുറിച്ചോർത്തപ്പോൾ “പനസി ദശായാം പാശി”യും ഓർത്തു. വികടസരസ്വതിയുടെ മാലപ്പടക്കത്തിന് അഞ്ചാം ക്ലാസ്സിൽവെച്ചേ തിരികൊളുത്തിയ വസുമതി ടീച്ചർ പഠിപ്പിച്ചത്:

പനസം = ചക്ക

പനസി = ചക്കി

ദശം = പത്ത്

ദശായാം = പത്തായത്തിൽ

പാശം = കയർ

പാശി =കയറി

പാശി ദശായാം പനസി = കയറീ പത്തായത്തിൽ ചക്കി.

ക്ലാസ്സിലെത്തിയാൽ വസുമതിയേട്ടി ചോദിക്കും:

“രാവിലെ നാവ്വ വടിച്ചോ?”

അപ്പൊ മൊട്ടത്തല കുലുക്കും. മറ്റു മുതലകൾക്കൊപ്പം.

“ന്നാ, പറ, ഭസ്മാക്ഷ്മസ്മസ്പി.”

അത് ഭസ്മമാക്കി പറത്തിയാൽ പറയും:

“പറ, ഷീ സെൽസ് സീഷെൽസ് ഓൺ ദ സീഷോർ.”

അന്ന് കുഴഞ്ഞ നാവാണ്. ഇന്നും കുഴഞ്ഞാണ് അനന്തന്റെ ആയിരം നാവും കിടപ്പ്.

പഠിപ്പിച്ചവർ പലരാണ്. ഗുരുക്കന്മാരല്ല. അക്ബർ ഡബിൾക്കട്ടിൽ പറഞ്ഞ പോലെ അദ്ധ്യാപഹയന്മാർ. മറ്റൊന്നും കിട്ടാത്തതിന്റെ പക കൊണ്ട് അദ്ധ്യാപകരായവർ. “ഈറ്റിങ്ങള ഒരു പാഠം പഠിപ്പിച്ചിട്ടു കാര്യമെ”ന്ന് തീരുമാനിച്ചു കാലുറപ്പിച്ചവർ. മിക്കവരും ചിദാകാശത്തിൽ മങ്ങിയ നക്ഷത്രങ്ങളോ ശ്യാമഗർത്തങ്ങളോ ആയി അവശേഷിച്ചു. മനിതർകൾ ആയ ചിലർ, ചില നേരങ്ങളിൽ ഇന്നും സൂര്യനെപ്പോലെ.

അർത്ഥമറിയാത്ത പദ്യങ്ങൾ ഹൃദിസ്ഥമാക്കിച്ച കേളു മാഷ്. "ഈ പദ്യസദ്യ ഇക്കുഞ്ഞിക്ക് ദഹിക്കില്ല" എന്ന് പറഞ്ഞ അവരാതികളോടു "പായസത്തിലെ കല്ലും കാലം ദഹിപ്പിക്കു"മെന്നു പറഞ്ഞ കേളു സാർ. ഭസ്മാക്ഷസ്മസ്പി കൊണ്ട് അക്ഷരസ്പഷ്ടത പരീക്ഷിച്ച വസുമതിയേട്ടി. വസുമതിയേട്ടിയോടുള്ള മുടിഞ്ഞ ഇഷ്ടം കാരണമാകണം പിന്നീട് സുമതി ഭാര്യയായി മരുഭൂവിലെ മന്നാ പോലെ തലയിൽ പൊട്ടി വീണത്. (*കർമ്മബന്ധമാണ് മകനേ എന്ന് കുഞ്ഞുണ്ണിയുടെ അശരീരി.*) അത് നന്നായേയുള്ളൂ. "ഓളില്ലെങ്കിൽ നീ (പി) കുഞ്ഞിരാമൻനായർ പറഞ്ഞപോലെ പിച്ചനോ പിച്ചക്കാരനോ ആയേനെ. ഓളുള്ളതുകൊണ്ട് രണ്ടു നേരം അല്ലലില്ലാതെ വല്ല കള്ളോ കഞ്ഞിയോ കുടിക്കുന്നു." ഈടയൊന്നും ഒരോളെ കിട്ടാഞ്ഞിറ്റാ, ഏടയോയില്ല ത്രിശ്ശൂര്ന്ന് ഒരോളെ കൊണ്ടുന്നതെ"ന്ന് പരിഭവിച്ചവരും കുറവല്ല. അതൊരു കുറ്റമാണെന്ന് തീരുമാനിച്ച് "നീയൊന്നും നന്നാവില്ലപ്പാ" എന്ന് വിധിച്ച ജഡ്ജിമാരും വിരളമല്ല.

സുമതി ഭാര്യയായതുകൊണ്ട് ഭർത്തൃപദവി കിട്ടി. ഒരു പദവിയുമില്ലെന്ന ഖേദം നാട്ടു നീങ്ങി. എങ്കിലും ഭർത്തൃഹരിയായില്ലല്ലോ എന്ന ഖേദം നീങ്ങിയില്ല. ആയിരുന്നെങ്കിൽ ഒരു ശൃംഗാരശതകവും, പിന്നെയൊരു വൈരാഗ്യശതകവും എഴുതാമായിരുന്നു. വരട്ടെ, എല്ലാറ്റിനും ഒരു നേരമുണ്ടല്ലോ. (*ഉണ്ടോ ആവോ?*)

ഇത്തരമോരുന്നു ചിന്തിച്ചു ചിന്തിച്ചു
തത്ര പോലീസുമന്ദിരം പൂകിനാൻ മൂവരും.

7

കമാൽ തിരക്കിലായിരുന്നു. ലോക്കപ്പിൽനിന്ന് ഞങ്ങളുടെ നേരെ മുഖം തിരിക്കാതെ വന്ന കാര്യം മൂന്നാംകണ്ണുകൊണ്ടറിഞ്ഞു പറഞ്ഞു:

"അടുത്ത വളപ്പിലെ അരയാൽത്തറ വെച്ചുപിടിച്ചേ. അരയാലിൽ വിക്രമാദിത്യനെ കാത്തൊരു വേതാളമിരിപ്പുണ്ട്. നവരത്നങ്ങളിൽ ത്രിരത്നങ്ങളായ മൂർത്തികൾക്കുള്ള ഉത്തരം ഡ്രാക്കുള തരും."

8

"വേതാളമേ അങ്ങനെയാ ഞാള് ഈട ബന്നത്."

വേതാളം പറഞ്ഞു:

"ആട ഇരി."

9

കോപത്തിലായിരുന്നു രക്തമൂർത്തി. നിശാചരനായ തന്നെ ദിനചരനാക്കാനോ ഈ കഴുതകളുടെ പുറപ്പാട്? ദിവാകരനിരിക്കേ ഈ ഹിമകിങ്കരനെ പുറത്താക്കി അഴുക്കാക്കാനോ അഴകിഅഴുക്കായ ഈ രാവണന്മാരുടെ പടപ്പുറപ്പാട്? അദ്യം മൊഴിമൗക്തികങ്ങൾ പന്നികൾക്ക് മുന്നിലേക്കിട്ടു. പേൾസ് ബിഫോർ ദ പിഗ്സ്. വെട്ടുംപോത്തിനു ചെവിയിൽ വേദസാരമെന്ന പോലെ:

"എന്റെ വൈതാളികരേ, എനിക്ക് പകൽ രാത്രിയാണെന്നും രാത്രി പകലാണെന്നും, തെക്കു വടക്കാണെന്നും അറിയാത്ത വിവരദോഷികളോ നിങ്ങൾ! രാത്രിയുടെ രാജാവല്ലേ ഞാൻ? കോമ്രേഡ് കോൺറാഡിന്റെ ഹാർട്ട് ഓഫ് ഡാർക്ക്നെസ്സ്! ഇനിയിപ്പോ കുഞ്ഞുണ്ണിത്തെയ്യുണ്ണിയെപ്പോലെ തെക്കു വടക്കും, രാത്രി പകലുമാക്കണമല്ലോ എന്റെ എംഗോവിന്ദാ! ഇരുട്ടു കൊണ്ട് ഓട്ടയടക്കുക തന്നെ ഇനി കാമ്യം."

കാക്കകൾ പോലും പുളിങ്കൊമ്പിലുഷ്ണം ശ്വസിച്ചു കിതക്കുന്ന ഉച്ചയിൽ വേതാളത്തിന്റെ വിഹ്വലത മനസ്സിലാക്കിയ സ്കി സച്ചിദാനന്ദനായി സ്വരത്തിൽ സംത്രാസം കലർത്തി പറഞ്ഞു:

"കാത്തിരിക്കാം. നേരമിരുട്ടട്ടെ."

"രതിക്കും വേതാളത്തിനും രാത്രി പഥ്യം.നട്ടുച്ചക്കുള്ള രതി ഒരു വഹയാണ്. രാവിലെ നാലുമണിക്ക് കള്ളു മോന്തുമ്പോലെ."

വേതാളം പോളയില്ലാത്ത കണ്ണിലെ കൃഷ്ണമണി മുകളിലേക്ക് കൊണ്ടുപോയി. കണ്ണു മുഴുവനും വെള്ളമയമായപ്പോൾ അന്തരീക്ഷം തണുത്തു. ആകാശം ഇരുണ്ടു. കടലിരമ്പം കേട്ടു. രാത്രിയൊരു കറുത്ത വോയിൽ

സാരി ചുറ്റിയെത്തി. ചന്ദ്രക്കലമാനത്തും, ചന്ദനനദി (കലങ്ങിയതുകൊണ്ടാവണം നദി ചന്ദനമായത്) താഴത്തും എന്ന നിലയായി.

പണ്ടൊരു നാളിൽ പട്ടണനടുവിൽ പാതിരനേരം സൂര്യനുദിച്ചു എന്നു പറഞ്ഞ പോലെ, നട്ടുച്ചക്കിരുട്ടായി. ചന്ദ്രനൊരു ചാരനെപ്പോലെയുണ്ടെങ്കിലും ഇല്ലാത്ത പരുവം. രാത്രീഞ്ചരൻ അരയാലിലെ പൊത്തിലുള്ള ശീതസംഭരണിയിൽ സൂക്ഷിച്ച ഒരു കുപ്പി രക്തം പുറത്തെടുത്തു. കുടിക്കില്ലെന്നറിഞ്ഞിട്ടും ഒരു സാമാന്യമര്യാദക്ക് നേരെ നീട്ടി.

"ചോരകുടി തുടങ്ങിയിട്ടില്ല. വരും ജന്മം കൊതുകായിട്ടാണെങ്കിൽ അന്നൊരു കൈ നോക്കാം. ഒരു കവിൾകുടിക്കാം."

"മറ്റുള്ളവരുടെ ചോര കുടിക്കാത്ത മനുഷ്യരോ? വിശ്വസിക്കാനാവുന്നില്ല."

"വിശ്വസിക്കണം. വിശ്വാസം. അതല്ലേയെല്ലാം.നിങ്ങളുണ്ടെന്നു ഞങ്ങൾ വിശ്വസിക്കുന്നില്ലേ?"

മറുപടി പറയാതെ വേതാളം രണ്ടിറക്ക് കട്ടം ചോര കുടിച്ചു. ഉപദംശമായി ഒരരയാലില ദംശിച്ചു. പിന്നെ, പറഞ്ഞു:

"ശ്ലീലമല്ലാത്ത രതിചെയ്തിയെച്ചൊല്ലി കണിയാർ പറഞ്ഞതിൽ കാര്യമില്ലാതില്ല. പക്ഷേ, രതിയെ നീചമാക്കിയതിനു കാരണക്കാരായ കാരണവന്മാർ മതമേധാവികളാണ്. പുരോഹിതന്മാരാണ്. അവന്മാർക്ക് അഹിതമായത് ചെയ്യാനേ അറിയൂ. മനുഷ്യനു രണ്ടു കാര്യങ്ങൾ അത്യാവശ്യമാണ്. തീറ്റയും രതിയും. തീറ്റ വ്യക്തിയുടെ അതിജീവനത്തിനും, രതി വംശത്തിന്റെ അതിജീവനത്തിനും അത്യന്താപേക്ഷിതം. ഇതറിയാവുന്ന നിങ്ങളുടെ മതമൂർഖന്മാർ രണ്ടുപായങ്ങൾ, നിങ്ങളെ ദുർബ്ബലരാക്കാൻ, കണ്ടെത്തി. ദുർബ്ബലരെ എളുപ്പം ഭരിക്കാമല്ലോ. ഒന്നാമത്തെ ഉപായം ഉപവാസം. പട്ടിണി പുണ്യമെന്ന് വരുത്തിത്തീർത്തു. രണ്ടാമത്തേത് ബ്രഹ്മചര്യം. ബ്രഹ്മത്തിൽ ചരിക്കാനും ചാരാനും നേരമ്പോക്കിനെ നിരോധിച്ചു. ഊണും ഉറക്കവും സുരതവും സഹജമാണ്. അതു നിരോധിച്ചാൽ ദമനം ചെയ്യുകയേ നിവർത്തിയുള്ളൂ. അടക്കിപ്പിടിച്ചാലോ, അണ പൊട്ടി അതേതെങ്കിലും വഴി പുറത്തുചാടും. സ്വപ്നം കാണും. ഇതെന്തോ കുറ്റമോ, കുറവോ ആണെന്ന അപകർഷതാ ബോധമുണ്ടാകും. അല്ലെങ്കിൽ മറ്റു ന്യായീകരണങ്ങൾ നിരത്തും. നിരത്തിലൂടെ പോകുന്നവരോട് വിശദീകരിക്കും. വിശാമിത്രന്റെ കഥ കേട്ടിട്ടില്ലേ?"

"എന്താണാക്കഥ?"

ഭാരതീയസംസ്കാരം തൊട്ടുതെറി പറഞ്ഞിട്ടില്ലാത്ത സ്കി സംശയിച്ചു.

“വിശ്വത്തിന മിത്രമാകേണ്ടവൻ മുടിഞ്ഞ തപസ്സിലായിരുന്നു. റോം കത്തുമ്പോൾ വീണ വായിച്ച് നീറോ ആവുകയായിരുന്നു. അപ്പോൾ അദ്ദ്യത്തെ ആപ്പിലാക്കാൻ ഒരു സരസയെ ഇന്ദ്രനയക്കുന്നു. നല്ല മേനിയുള്ള ഒരു മേനകയെ. അവൾ ടിയാനെ പാട്ടിലാക്കി പട്ടിയെപ്പോലെ കളിപ്പിച്ചുവെന്നാണ് പൊതുവേയുള്ള കഥ. കാര്യം അതൊന്നുമല്ല. സുരതത്തിനുള്ള കാമന ഉള്ളിലടക്കി കണ്ണടച്ചിരുന്നാൽ പെണ്ണിനെ സ്വപ്നം കാണും. സ്വപ്നമാകുമ്പോൾ എന്തിനു കുറക്കണം. മിസ് യൂനിവേർസിനെത്തന്നെ കാണാലോ. അതു കഴിഞ്ഞു സ്ഖലനമുണ്ടായാപ്പോ ചളിപ്പു തോന്നിയിട്ടുണ്ടാകും. അതുകൊണ്ട് പരാതിമുഴുവൻ മേനകയുടെ പിടലിക്ക് ചാർത്തി. സ്ത്രീ നരകത്തിലേക്കുള്ള ബസ്സാണെന്ന ഒരു സുഭാഷിതവുമുണ്ടാക്കി. പെണ്ണു വന്ന് ബ്രെയ്ക്ക് ഡാൻസു കളിച്ചാൽ ഇടിഞ്ഞുവീഴുന്നതാണ് നിന്റെ സംയമമെങ്കിൽ, നീ ഏതു കോത്താഴത്തെ ഋഷിയാടോ? സത്യത്തിൽ ഒരു മേനകയും വന്നിട്ടില്ല.»

“ഇന്ദ്രിയങ്ങളെ ഭരിക്കുന്നവനാണ് ഇന്ദ്രൻ എന്നതിനാൽ, ഇന്ദ്രനയച്ചു എന്ന് പറയുന്നത് അങ്ങോർ ഇന്ദ്രിയവാസനക്കു വിധേയനായിപ്പോയി എന്നർത്ഥമാക്കിക്കൂടെ?”

“അങ്ങിനെയുമൊരു അനർത്ഥമാകാം. എന്നാൽ അതു പറഞ്ഞാൽപ്പോരെ. പകരം, പെണ്ണുങ്ങൾക്കിട്ട് ചാമ്പണോ?”

“അഹല്യയുടെ കാര്യത്തിലും ഇതാണോ യുഗേ യുഗേ സംഭവിച്ചത്?”

“അഹല്യ... ഉഴുതു മറിക്കാത്ത മണ്ണ് എന്നല്ലേ എറ്റിമോളജിക്കലി അതിന്റെ സാരം?”

പണ്ഡിതനും ഉദ്ദണ്ഡനുമായ സ്കി ആരാഞ്ഞു.

“അതിസുന്ദരിയെന്നും പറയാം. ബ്രഹ്മാവു കുഴച്ചുണ്ടാക്കിയതിൽവെച്ചേറ്റവും സുന്ദരി. ലാവണ്യത്തിന്റെ ലാവണം. രാവണൻ കാണാതിരുന്നത് അങ്ങോരുടെ ഭാഗ്യം. അല്ലെങ്കിൽ സീതയെന്തൊക്കെ സീതയെടേയ് എന്നു പറഞ്ഞു ഈ പെമ്പിറന്നോത്തിയുടെ പിറകെ വെച്ചുപിടിച്ചേനെ. (സൌന്ദര്യാരാധകനാണ് രാവണൻ, സ്ത്രീലമ്പടനല്ല എന്നല്ലേ ശ്രീകണ്ഠൻ നായരു പറഞ്ഞത്. മൂപ്പരുടെ കണ്ഠം പൊന്നാകട്ടെ.) അങ്ങിനെ സംഭവിച്ചിരുന്നുവെങ്കിൽ, ന്റെ സ്കീ, കൌശികനെന്നും ഗൌതമനെന്നും ഇരട്ടപ്പേരുള്ള താടിക്കാരന്റെ ശാപം കിട്ടി രാമൻചേട്ടായിക്ക് പണിയില്ലാതായിപ്പോയേനെ.”

“അഹല്യക്കെന്തു സംഭവിച്ചു ഗുരുകാരണവർകളേ?”

“കുലസ്ത്രീക്ക് വന്നു ഭവിച്ചത് പറയുംമുമ്പ് പറയട്ടെ ബ്രഹ്മാവിന്റെ വിവരദോഷത്തെപ്പറ്റി. കുഴച്ച് സുന്ദരിയെ കുത്തനെ നിർത്തിയ ശേഷം

ബ്രഹ്മാവ് ഉരുളിപോലെ ഉരുണ്ടരുളി: 'ആരാണോ ഭൂമിയെ മൂന്നുവട്ടം വലംവെച്ചെത്തുന്നത് ആ ചങ്ങായിക്കിവളെ ട്രോഫിയായി തരുന്ന താണ്. അക്കോന്തനിവൾ ഫാര്യ.' അവൾക്കാ കോന്തനെ പിടിക്കുമോ യെന്ന് അന്നുമിന്നും ഭാരതീയസംസ്കാരമുള്ള ആരും ചോദിക്കാറില്ലല്ലോ. ഭാരതീയ സംസ്കാരത്തിന്റെ ആദിപിതാവും ആദിമാതാവും ആദിയെല്ലാ മുമായ ബ്രഹ്മാവിൽനിന്നു തുടങ്ങിയ പതിവതല്ലേ?"

രക്തജ്ഞൻ ഒന്നു നിർത്തി. പോളയില്ലാത്ത കണ്ണു മേലോട്ടാക്കി. ധ്യാനം നടിച്ചു. പിന്നെ ഉണർന്നു.

"സുന്ദരികളെ കണ്ടാൽ ബെല്ലും ബ്രെയ്ക്കുമില്ലാതെ കമിഴ്ന്നടിച്ചു വീഴുന്ന ഇന്ദ്രൻ, മൂന്നു വട്ടമെത്ര നിസ്സാരം എന്നു നണ്ണി, മണ്ടി. അതുകൊണ്ടും സന്തോഷം തീരാഞ്ഞിട്ടവനാപ്പുരയുടെ ചുറ്റിലും മണ്ടി നടന്നു. ട്രോഫി വാങ്ങാൻ ബ്രഹ്മാവിനടുത്തേക്ക് എതിരില്ലാതെ തെരഞ്ഞെടുക്കപ്പെട്ട സ്ഥാനാർത്ഥിയായി എത്തി."

സ്കി തോക്കിൽ കയറി ഒരു വെടി വെച്ചു:

"അപ്പൊ, അഹല്യ ഇന്ദ്രന്റെ ഇടതുഭാഗത്തായി, അല്ലേ മൂത്താരെ?"

"തോക്കിൽ കയറി വെടിവെക്കാൻ ഇനിയും ഉണ്ട ബാക്കിയുണ്ടോ? എങ്കിൽ അതുകഴിഞ്ഞാകാം കഥാകഥനം."

അണ്ടികളഞ്ഞ അണ്ണാനെപ്പോലെയായി ഇസ്ക്യാര്.

ഈ സമയം ഈയുള്ളവൻ ഇടപെട്ടു:

"ങ്ങള് പറീൻ മൂത്താരേ."

നീരസം അത്ര രസമല്ലെന്ന് തോന്നിയ വേതാളം തുടർന്നു:

"ട്രോഫിക്കും ഇന്ദ്രനെ ശ്ശി പിടിച്ചു. പക്ഷെ, കിറുകൃത്യം ആ സമയത്ത് വൃത്തികെട്ടൊരു ദൂതൻ സ്കിയെപ്പോലെ ഇടങ്കോലിട്ടു. ആയവനൊരു വൃത്താന്തപത്രത്തിന്റെ മുൻപേജ് ബ്രഹ്മദേവരുടെ ഷഢ്നയനങ്ങൾക്കു നേരെ നീർത്തി:

'ഇന്നലെ കൗശികനെന്നുകൂടി അറിയപ്പെടുന്ന ഗൗതമനെന്ന ഒരു മുനി വാര്യർ കാമധേനുവെന്നുകൂടി അറിയപ്പെടുന്ന അവാർഡൊക്കെ കിട്ടിയ സുരഭി പ്രസവിക്കുമ്പോൾ, ആ പയ്യിനു ചുറ്റും മൂന്നു വട്ടം പ്രദ ക്ഷിണം വെക്കുകയുണ്ടായി.'

പൊന്നുരുക്കുമ്പോൾ പൂച്ച നോക്കുമ്പോലെ, പൈ പെറുന്നിടത്തു മുനിക്കെന്തു കാര്യമെന്ന് ഇന്ദ്രൻ വിസ്മയിച്ചു. കിടാവേതു വഴിക്കാണ് വരുന്നതെന്ന് നോക്കി റിക്കാർഡ് ചെയ്യാനാകും മൃഗഡോക്ടർ ചുറ്റും നടന്നത്. ഇന്ദ്രവിസ്മയത്തിന്റെ ചാപം ഒടിച്ചുകൊണ്ട് ബ്രഹ്മനരുളി:

‘ഇന്ദ്രാ, ദേവദേവാ, ഗോവിനെ വലം വെക്കുന്നത് ഭൂവിനെ വലം വെക്കുന്നതിനു തുല്യം. മൂന്നു ഭൂവിനു കിടപിടിക്കും ഒരു ഗോവ്. ഇതിപ്പോ പത്രത്തിലും വന്ന സ്ഥിതിക്ക് നിനക്ക് കപ്പു തന്നാൽ ഞാൻ മണ്ണു കപ്പും. ഒരു സ്കാം കിട്ടാൻ കാത്തിരിക്കുകയാവും പത്രപ്പരിഷകൾ.’

ഇന്ദ്രന് [illegible] വഴിയിൽ[illegible] വന്നു. മലയാളത്തിനു പേരുപോലും കൊടുക്കാതിരുന്ന ഒരു മാമരമുനിക്ക് ഫ്രീയായി ട്രോഫി കൊടുക്കാനാണ് ബ്രഹ്മൻ ഇച്ഛിക്കുന്നതും കൽപ്പിക്കുന്നതും. മുതുക്കന്മാരുടെ വാക്കും മുതുനെല്ലിക്കയും ആദ്യം ചവർക്കും, പിന്നെ മധുരിക്കും എന്ന ഭാരതീയപാരമ്പര്യം തെറ്റിച്ച് രാഷ്ട്രീയം സ്വയം സേവയാക്കിയവർക്ക് പണിയുണ്ടാക്കേണ്ടെന്നു വിചാരിച്ച് ഇന്ദ്രൻ രംഗം കാലിയാക്കി, കാലികളെ പൂജിച്ചു. ഇപ്പോൾ ചവർപ്പായെങ്കിലും, പിന്നീട് മധുരം ഉണ്ണാമെന്നു മനപ്പായസമുണ്ടു.

“ഇരട്ടപ്പേരുകാരൻ മുനി പുഴുങ്ങിയ ചൂടു കിഴങ്ങു വിഴുങ്ങുമ്പോലെ ‘അഹഹല്യാ’ എന്നു വിളിച്ച്, സുന്ദരിയുമൊത്തു പൊറുതിയും വറുതിയുമായി. സുന്ദരി സുരതത്തിനു മുനിയെ വിളിച്ചപ്പോഴൊക്കെ അദ്യം ഇതു പ്രജനനത്തിനു പറ്റിയ മുഹൂർത്തമല്ലായെന്നു മൊഴിഞ്ഞു മുങ്ങും. അരസികൻ കുളിക്കാൻ പോകും. സുരതം പ്രജനനത്തിനു മാത്രമേ ആയിക്കൂടൂ എന്ന ഭാരതീയചിന്തയിൽ ഉറച്ചു വിശ്വസിക്കുന്ന ദേഹമായിരുന്നു മുനി. രതി വിനോദമല്ല, ആകരുത് എന്ന വിശ്വാസം അരക്കിട്ടുറപ്പിച്ച പുമാൻ.

“ഇന്ദ്രനെല്ലാം അറിയുന്നുണ്ടായിരുന്നു. സൗകര്യം തരായപ്പോ, ഒരു ബ്രാഹ്മമുഹൂർത്തത്തിൽ, മൂപ്പരൊരു കോഴിയായിക്കൂവി അഹല്യക്കൊപ്പം സഹശയനത്തിനു പറന്നെത്തി. വേറെ വേലയും കൂലിയുമില്ലാത്ത നാട്ടുകാർ തെറ്റായി ധരിക്കാതിരിക്കാൻ ടിയാൻ താടിയും മുടിയും ധരിച്ചാണെത്തിയത്. ഹലം തൊട്ടിട്ടില്ലാത്ത സുന്ദരിക്കു ആളെ പിടികിട്ടിയെങ്കിലും, ഇല്ലെന്നു നടിച്ചു. ശയിച്ചു.

ശയനാനന്തരം രണ്ടു പേരും മൂന്നും കൂട്ടി മുറുക്കാനിരിക്കവേ, ഒറിജിനൽ താടിക്കാരനെത്തി. സഹശയനത്തിനു കവബാത്തെയെപ്പോലെ നൊബേൽ പ്രൈസ് കിട്ടുമെന്നായിരുന്നു ഇന്ദ്രൻസിന്റെ സ്വപ്നം. അതുകിട്ടിയിട്ടു, ആൽഫ്രെഡിനെപ്പോലെ വെടിവെച്ച്, വെറും കോഴിയല്ല, ഒരു ഹിച്ച്കോഴി ആകണമെന്നായിരുന്നു അഭിലാഷം. പക്ഷേ, മുനി കൊടുത്തത് സമ്മാനമല്ല, ശാപം. അഹല്യക്കുമിട്ടു കൊട്ടി ഒരു ശാപം. ഉഴാൻ പറ്റാത്ത കല്ലാകട്ടെ ഒരുമ്പെട്ടവളേയെന്ന ഒരലർച്ചയോടെ. ഇന്ദ്രൻ ഒരാണായതുകൊണ്ട് ശാപത്തിൽ മുനി ഒരിളവു, ഡിസ്കൗണ്ട്, കൊടുത്തു. പെണ്ണായതുകൊണ്ട് അഹല്യക്ക് ലവലേശം

ഇളവു കിട്ടിയില്ല. നമ്മുടെ പാരമ്പര്യവും സംസ്കാരവും കസ്തൂരി മാമ്പഴം പോലെ കാത്തു സൂക്ഷിക്കേണ്ടത് സ്ത്രീകളല്ലേ! ഭാരതസ്ത്രീകൾ തൻ ഭാവശുദ്ധി വെറും കവിവിഭാവനം മാത്രമോ?"

കഥാന്ത്യം വേതാളം ചോദിച്ചു:

"സ്കീ, ഇക്കഥയിൽ ആർക്കാണ് ശാപത്തിന് ശരിക്കും അർഹത? ഉത്തരമറിഞ്ഞിട്ടും പറയാതിരുന്നാൽ സ്കിത്തല നൂറുനൂറു ബിറ്റ്സായി ബിസ്ക്കിറ്റു പോലെ പൊടിയും."

"സംശയമെന്ത്? ദിൽവാലാ ദുൽഹനെ കൊണ്ടോക്കട്ടെ എന്നറിയാടാത്ത, മുനിയായിട്ടുപോലും പെണ്ണിനെ മനസ്സിലാക്കാത്ത ഇരട്ടപ്പേരുകാരൻ താടി തന്നെ. കക്ഷി ട്രോഫി സ്വീകരിച്ചതേ തെറ്റ്. അതും പോരാതെ, അഹല്യയെ ഗൗനിക്കാതിരുന്നതും തെറ്റ്. മുനിമാർ സംയമികളാണ്. യമന്മാരല്ല. അവർക്കു കോപം വരാമോ? കാമാദ് ക്രോധാഭിജായതേ എന്നല്ലേ? അപ്പൊ, കാമ മുണ്ടായത് കൊണ്ടല്ലേ മുനിമൂപ്പർക്ക് കോപം വന്നത്. അഹല്യ തന്റേതാണെന്ന അഹങ്കാരം കൊണ്ടും. ഇയാളെന്തു മാമുനി? മരങ്ങോടൻ."

വേതാളത്തിനു തൃപ്തിയായി.

അപ്പോൾ സ്കി തുടർന്നു:

"ഇതിനു കടകവിരുദ്ധമായ ഒരു കഥ നിങ്ങളുടെ അത്ര പ്രശസ്തമല്ലാത്ത ഒരുപനിഷത്തിലുണ്ടല്ലോ കണ്ടരേ?"

എങ്കിലതുകേട്ടിട്ടു ബാക്കി കാര്യം എന്നായി വേതാളം.

ബാലസാഹിത്യവിശാരദ സുമംഗലയുടെ വരമൊഴി വാമൊഴിയാക്കി സ്കി സങ്കര ശൈലിയിൽ കഥിച്ചു:

"ഒരു കാട്ടിലൊരു വീട്ടിലൊരു താപസൻ. താപസനൊരു ഭാര്യ. ഒരു മകൻ. അവർ അല്ലലുമത്തലുമില്ലാതെ കഴിഞ്ഞു പോവുകയായിരുന്നു.

ഒരു ദിവസം അവിടേക്കൊരു അതിഥി വന്നു. അതിഥിദേവോഭവക്ക് താപസനേക്കാൾ ചെറുപ്പം. യൗവ്വനയുക്തൻ. മനോഹരൻ. താപസൻ അയാളെ അർഘ്യപാദ്യാദികൾ നൽകി സ്വീകരിച്ചു. സൽക്കരിച്ചു.

"കുറച്ചു ദിവസങ്ങൾ യുവാവ് അവിടെ അതിഥിയായി, വൽക്കലവും മരവുരിയുമായി മരുവി. ഇതിനിടയിൽ താപസപത്നി അയാളിൽ മോഹിതയായിപ്പോയിരുന്നു. അതിഥി വിടകൊണ്ട നാൾ, മോഹിനിയും അയാളുടെ കൂടെ പടിയിറങ്ങിപ്പോയി. താപസൻ രണ്ടുപേരെയും അനുഗ്രഹിച്ചു വിടുകയാണുണ്ടായത്."

"ഒരു തലവേദന പോയിക്കിട്ടിയെന്ന ആശ്വാസത്തിലായിരിക്കും ധീരൻ അവരെ അനുഗ്രഹിച്ചത്?"

"അല്ലേയല്ല. മനം നിറഞ്ഞും കരൾ കവിഞ്ഞും തന്നെ. തോക്കിൽക്കയറി വെടിവെക്കാതെ കേൾക്കു."

തന്റെ മരുന്ന് തനിക്കു തന്നെ തിരിച്ചു കിട്ടിയ വേതാളം മിഴുങ്ങസ്യ ഭാവം അഭിനയിച്ചു.

"സംഗതിയറിഞ്ഞ താപസപുത്രൻ അച്ഛനോട് കയർത്തു:

'അച്ഛനീ രണ്ടു ചെറ്റകളെയും ശപിക്കാഞ്ഞതെന്തേ? പഞ്ചഭൂതങ്ങളെ ഇളക്കി വിട്ട് ഭൂകമ്പവും കൊടുങ്കാറ്റും പേമാരിയും കാട്ടുതീയുമുണ്ടാക്കാതെന്തേ? അത്ര പൊട്ടനോ എന്നച്ഛൻ?'

അച്ഛൻ പറഞ്ഞു:

'എനിക്ക് നിന്റെ അമ്മയോടുള്ള സ്നേഹം അപാരമാണ്. അതുകൊണ്ട് അവളെ വെറുക്കാനോ ശപിക്കാനോ എനിക്കാവതില്ല. [പൂക്കാതിരിക്കാനെനിക്കാവതില്ലേ,കണിക്കൊന്നയല്ലേ!]

അവൾക്കെന്താണോ ഇഷ്ടം, അതാണെനിക്കുമിഷ്ടം.'

വേതാളം അന്തംവിട്ട് കേട്ടിരിക്കെ, സ്കി പറഞ്ഞു:

"അതല്ല രസം ഡ്രാക്കു, പിന്നീടാ യുവാവിനെ ഉപേക്ഷിച്ച് അവർ തിരിച്ചു വന്നപ്പോൾ, താപസൻ അവരെ സസന്തോഷം സ്വീകരിച്ചു."

അവൻ താൻടാ മുനിയെന്ന് പറയാൻ നാവുവളക്കുംമുമ്പ് കൺപോളയില്ലാ വേതാളം പറഞ്ഞു:

"കണിയാരു പറഞ്ഞപോലെ, പ്രേമത്തിൽ അസൂയയും ഉടമസ്ഥതയും ചേരുമ്പോൾ രതിക്കൂട്ട് ചെളിയാകുന്നു. അതു കലരാതെ വരുമ്പോൾ പ്രേമം സ്നേഹമാകുന്നു. സ്നേഹം പ്രാർത്ഥനയായി പരിണമിക്കുന്നു. അതാണ് സിദ്ധാന്തം. അന്ത്യത്തിൽ സിദ്ധിക്കുന്നത്. നാടകാന്തം കവിത്വം പോലെ. കാമോർജ്ജത്തെ ദമയന്തിക്കുപോലും കഴിയാത്ത പോലെ ദമനം ചെയ്യാനാണ് കൗശികനു കിട്ടിയ ശിക്ഷണം. കാമോർജ്ജത്തെ നിരീക്ഷിച്ച് അതു തന്നെ എങ്ങിനെ കുരങ്ങുകളിപ്പിക്കുവെന്നു പഠിക്കാനല്ല. ആ കുരങ്ങുകളി മനസ്സിലാക്കിയാലേ ഹനുമാനാകാനാകൂ. ബ്രഹ്മചാരിയാകാനാകൂ."

അപ്പോൾ ഊസ്പെൻസ്കി പറഞ്ഞു:

"ഗൗതമകൗശികൻ ഗാന്ധിയാനായിരുന്നുവെന്നു തോന്നുന്നു."

"ഗാന്ധിക്കും ജീവിതാവസാനം വരെ ലൈംഗികമായ കുറ്റബോധമുണ്ടായിരുന്നുവെന്നത് ശരി തന്നെ. അദ്ദേഹം അതിനെ ആത്മീയമായോ, സൗന്ദര്യാത്മകമായോ അല്ല നേരിട്ടത്. സദാചാരപരമായിട്ടാണ്. സദാചാരപ്പോലീസായിരുന്നു ഗാന്ധി എന്നു പറഞ്ഞാൽ തെറ്റില്ല."

10

ഗാന്ധിയെന്ന പേരുച്ചരിക്കപ്പെട്ടപ്പോൾത്തന്നെ അരയാലിൽ കാറ്റു കലി തുള്ളാൻ തുടങ്ങിയിരുന്നു. ഇപ്പോൾ, ഇടിമിന്നലുകൾ ആകാശത്തെ കീറിമുറിച്ചു കൊലവിളിക്കാൻ തുടങ്ങി. ഒരു നിമിഷം. ഒരു മിന്നൽ ഇരുട്ടിനെ കീറി നാലു ദിക്കിലേക്കും വലിച്ചുകളഞ്ഞു. രാത്രി അപ്രത്യക്ഷയായി. പകൽ വെളിച്ചം പരന്നു. സൂര്യൻ പടിഞ്ഞാറേ ചക്രവാളത്തിൽ പരിഹസിച്ചു ചിരിച്ചു പരിലസിക്കുന്നു. ആരുടെ വരവാണെന്നു അന്തം വിട്ടിരിക്കേ, സുമതി. കളത്രം. തുറന്നു പോയ വായ അടയും മുമ്പേ, സുബുദ്ധി പറഞ്ഞു:

"വേറെ ജോലിയും കൂലിയുമില്ലാത്തതു കൊണ്ട് ശവികളിവിടെയിരുന്ന് ഗാന്ധിജിയെ കുറ്റം പറഞ്ഞു രസിക്യാ, ല്ലേ? കൂട്ടത്തിലൊരു ശവവും. കണ്ണടച്ചാൽ ഇരുട്ടാവുമെന്നു കരുതുന്ന ടീംസ്."

ഓർക്കേണ്ടതായിരുന്നു. ബുദ്ധിമതിക്ക് ഗാന്ധിയൊരു വീക്നെസ്സാണ്. അതേസമയം, ശക്തിയും. ദേശഭക്തിയും. സ്വാതന്ത്ര്യ ദിനാഘോഷവും റിപ്പബ്ലിക്ക് പരേഡും മുറതെറ്റാതെ തീരും വരെ ടെലവിഷത്തിൽ കാണുന്ന കിടിയാണ്. വിദേശം സ്വദേശമായ ഈ പരദേശിക്ക് ലോകമേ തറയും തറവാട്ടും.

സുബുദ്ധിയെ ഒരിക്കലും കുപിതയായിക്കണ്ടിട്ടില്ലാത്ത ഈയുള്ളവൻ വാ പൂട്ടാൻ മറന്ന് അതിൽ ഈരേഴ പതിനാലു ലോകവും കാട്ടിയിരിക്കേ, ധർമ്മദാരം തുടർന്നു:

"ഗാന്ധിയെ ഗാന്ധിജിയെന്നു വിളിക്കാനുള്ള മര്യാദപോലുമില്ലാത്ത അപമര്യാദ രാമച്ചാരുകൾ. അച്ചാറാക്കാൻപോലും പറ്റില്ല."

സ്കി അനവസരത്തിൽ അനുനയത്തിനൊരുങ്ങി:

“അടുപ്പമുള്ളവരെ നാം ജിയെന്നു വിളിക്കാറില്ലല്ലോ, സുംജീ? ദൈവ ത്തെപ്പോലും നിങ്ങളെന്നു വിളിക്കാറില്ലല്ലോ? നീയെന്നല്ലേ ഉൾവിളി.”

ഇന്ദ്രനെപ്പോലെ സുബുദ്ധിക്കും വരാനുള്ളതൊക്കെ വന്നു:

“നീ റഷ്യക്കാരൻ. അവിടം കൊളമായപ്പോ ഇവിടെ കുഴിക്കാൻ വന്ന തായിരിക്കും. നിന്റെ പ്രപഞ്ചത്തിന്റെ നാലാം മാനം നോക്കി പൊയ്ക്കോ. നാണ്വും മാനും ഇണ്ടെങ്കിൽ.”

ക്രോധത്തിന്റെ കൊടുങ്കാറ്റിൽ സ്കി മാനത്തേക്ക് മറഞ്ഞു. വേതാൾ അരയാലിൻകൊമ്പത്ത് ങ്കമായി. ങ്കിപോച്ചാച്ച്. ഞാൻ വീട്ടിലേക്കു ള്ള വഴിയേതെന്ന് തപ്പി തടിതപ്പി.

11

തദനന്തരം, സാന്ധ്യപ്രഭാസ്നാതമാം പൊതുവീഥിയിൽ പാദപത്മങ്ങൾ പതിച്ച്, അപരരർക്കൊരു നിദ്രാടകനെന്ന പ്രതീതിയുളവാക്കും വിധം, പാതി സ്വാപത്തിൽ പ്രഗമനം ചെയ്തു പുരോഗമിക്കവേ, എതിർദിശയിൽനിന്നു സുരേഷിനെപ്പോലെ, ഒരു പുരുഷലാവണ്യം അടുത്തടുത്തു വന്നു. ഹോമോ അല്ലെങ്കിലും ഹോമോ ആയി ജാതനാകണമെന്നു മോഹിപ്പിക്കുന്ന ലാവണ്യം. പശ്ചാത്തലത്തിലൊരു വയലാറിയൻ ഫ്യൂഡലിസ്റ്റിക്ക് മെയ്ൽഷാവനിസ്റ്റിക്ക് ഗാനവും. സന്ധ്യമയങ്ങും നേരം ഗ്രാമച്ചന്ത പിരിയുമ്പോൾ പഞ്ചാരയടിക്കാൻ വന്ന പ്രേംനസീറിന്റെ ആസ്ഥൽ ബാഡിയാണോ? ഹേയ്, ആവില്ല. ഒരു ജോസ് പ്രകാശ് ലുക്കാണ്. സൂട്ടും കോട്ടും ഹാറ്റുമിട്ട ഒരു സർക്കാർ. നരേന്ദ്ര മോദിജി ആയിരിക്കാൻ ഇടയില്ല. അദ്ദേഹം വിദേശത്ത് ആളുകളെ കെട്ടിപ്പിടിക്കുന്ന തിരക്കിലല്ലേ? ഇവിടെ വരാൻ എവിടെ നേരം? ലളിത് മോദി? അല്ല. നീരവ് മോദി? തസ്കരൻ ന്യൂയോർക്കിലാണെന്നാണ് ശ്രുതിലയം. പിന്നെയിതാരപ്പാ, ശിവശിവാ?

രൂപം സമീപസ്ഥമായപ്പോൾ തൃതീയ നേത്രം കമ്പിതമായി. പഞ്ചേന്ദ്രിയങ്ങൾക്കപ്പുറത്തുനിന്നും ജ്ഞാനം സാഗരമായൊഴുകി വന്നു. ഡിറ്റക്റ്റിവ് മാർക്സിൻ! കണിയാരുടെ മൃത്യുവിന്റെ ഗോർഡിയൻ നൂലാമാലയഴിക്കാൻ ലോക്കൽ പോലീസിനെ സഹായിക്കാൻ അലക്സാണ്ടറെ കോട്ടയത്തുനിന്നും പുഷ്പനാഥ് ഇത്ര വേഗം റിലീസു ചെയ്യുമെന്ന് നിരീച്ചില്ല.

തൊട്ടടുത്ത കലുങ്കിലേക്ക് വിരൽ ചൂണ്ടി ഡി മാർക്സിൻ ഇരിക്കാൻ ക്ഷണിച്ചു. ഇരുന്നുപോയി. പല്ലിടയിൽ ചുരുട്ടു കുരുക്കിക്കൊണ്ട് അന്വേഷിച്ചു. അന്വേഷിച്ചു കണ്ടെത്തിയ ശേഷം പറഞ്ഞു:

“കണിയാരുടേത് ഹത്യ തന്നെ മാഷേ,”

“ഇത്ര വേഗം?”

“ബുദ്ധിയുള്ളവന് സമയമെന്തിന്? അല്ലെങ്കിലും സമയം നമ്മുടെ സങ്കല്പമല്ലേ? ഭൂമി കറങ്ങുന്നതു കൊണ്ട് സമയമുണ്ടാകുന്നു. ഇവളൊന്നു കറക്കം നിർത്തട്ടെ. പിന്നെന്തു സമയം. ഇപ്പൊ ഇവിടെ കറക്കം നിർത്തിയാൽ നിത്യസന്ധ്യ. പണ്ട് യേശുവിന്റെ ഒരു ശിഷ്യൻ അവനോടു ചോദിച്ചതാണ് ഇപ്പോൾ ഓർമ്മയിൽ തിര തള്ളുന്നത്.”

“എന്തായിരുന്നു വിവരദോഷി ചോദിച്ചത്?”

“സ്വർഗ്ഗത്തിനെന്താണ് പ്രത്യേകത എന്നാണ് വിവരമില്ലാത്തവൻ ചോദിച്ചത്. യേശു പറഞ്ഞതെന്താണെന്നോ? സ്വർഗ്ഗത്തിൽ സമയമുണ്ടാകില്ല. There will be no time! അതായത് എല്ലാ കറക്കങ്ങളും നിലക്കും.”

‘ഓർഗാസത്തിലും സമയം നിശ്ചലമാകുമല്ലോ.”

“ശരിയാണ്. ധ്യാനത്തിലെന്നപോലെ ഓർഗാസത്തിലും കാലമില്ലാതാകും. സാധാരണ ദരിദ്രവാസികൾക്ക് ധ്യാനത്തിന്റെ രുചിയറിയാൻ പ്രകൃതിയൊരുക്കിയതാണ് ഓർഗാസം. പക്ഷേ, ഓർഗാസമനുഭവിക്കാൻ കഴിയുന്നപരിഷകൾ എത്രയുണ്ട്?

സ്ഖലിക്കുന്നതാണ് ഓർഗാസമെന്നു വിശ്വസിക്കുന്ന വിഡ്ഢികളാണ് പല പുരുഷകേസരികളും. സ്ഖലനം ഒരു പിരിമുറുക്കം ഇല്ലാതാക്കൽ മാത്രം. സ്ത്രീകളുടെ കാര്യമാണ് കഷ്ടം. പ്രത്യേകിച്ച് ഭാരതസ്ത്രീകളുടെ. ഭാവശുദ്ധി കൂടിയതിനാൽ അവർക്കു ഓർഗാസമെന്നു കേട്ടാൽ സർക്കാസമാണ്. ഓക്കാനമാണ്. മൈഥുനസമയത്ത് സ്ത്രീ അനങ്ങുന്നതു പോലും ചീത്ത സ്വാഭവത്തിന്റെ ലക്ഷണമായി കാണുന്നവരാണ് പല പുരുഷന്മാരും. അഭിസാരികകളാണ് ഇളകിപ്പോകുക. ബ്രിട്ടീഷു പെണ്ണുങ്ങളെപ്പോലെ ശവമായി കിടക്കുന്നതാണ് നല്ല സ്ത്രീകളുടെ ലക്ഷണം. ഈ വിശ്വാസമൊക്കെകൊണ്ടും ഭാരതീയ സംസ്കാരത്തിന്റെ സംരക്ഷണമുള്ളതുകൊണ്ടും നമ്മുടെ നാട്ടിലെ സ്ത്രീകൾ ഓർഗാസത്തിൽ നിന്ന് വഞ്ചിതരായിരിക്കുന്നു. അവർക്കറിയാവുന്നത് ഇൻഫ്രാസെക്സു മാത്രം. ടെൻഷൻ മാറ്റാനുള്ള ഒരുറക്ക ഗുളിക.”

“കുറ്റാന്വേഷണം മാത്രമല്ല സെക്സാന്വേഷണവുമുണ്ടെന്നറിഞ്ഞിരുന്നില്ല!”

“ആത്മാന്വേഷണമാണ്.”

“അതു പോട്ടെ, കൊലക്കു കാരണം ഉറപ്പിച്ചോ?”

“മരണകാരണം മരണകിരണം. ഡെത്ത് റേയുടെ എക്സ് റേ എടു ക്കാൻപറ്റി.”

“കത്തികൊണ്ട് കുത്തിയോ, വിഷം കൊടുത്തോ കൊല്ലാമായിരുന്ന അങ്ങോരെ ഇങ്ങനെ കൊല്ലേണ്ട കാര്യം? കൊതുകിനെ ആരെങ്കിലും വെടിവെച്ചു കൊല്ലുമോ?”

“കൊച്ചിയിലെ കൊതുകാണെങ്കിൽ വെടിവെച്ചാലും രക്ഷയില്ല.”

ലാഘവം വിട്ട് ഗൗരവത്തിലേക്കിറങ്ങി മാർക്സിൻ പറഞ്ഞു:

“കുറ്റവാളി ചില്ലറക്കാരനല്ല. കൊലയാളി ഇവിടത്തുകാരനല്ല എന്നു വരുത്തിത്തീർക്കുവാനല്ലേ ബ്രഹ്മാസ്ത്രം പ്രയോഗിച്ചതെന്നാണ് എന്റെ അനുമാനം. വരട്ടെ.”

“ഇനി വല്ല വിദേശകരവും കൃത്യത്തിലുള്ളതായി വല്ല സംശയവും? വല്ല പാക്കിസ്ഥാനിയും?”

“പരിസരത്തീയിടെ ഒരു മുസ്ലീം മാപ്പിള പമ്മി നടന്നിരുന്നതായി ഒരു സൂചനയുണ്ട്. കണ്ടവർക്കാദ്യം തോന്നിയത് നസ്രാണി മാപ്പിളയെ ന്നായിരുന്നു. പിന്നെ മുണ്ടുടുത്ത രീതിയും മുണ്ടിന്റെ കര പച്ചയായതും മുസ്ലീം മാപ്പിള തന്നെ എന്നുറപ്പാക്കി. നസ്രാണി മാപ്പിളയെന്നു നാട്ടുകാരെ ഈ മുസ്ലീം മാപ്പിള തെറ്റിദ്ധരിപ്പിച്ചതിനു പിറകിലൊരു ചതിയില്ലേ?”

“ഐ സ്മെൽ എ റാറ്റ് . സംതിങ് ഫിഷി.”

“അതന്വേഷിക്കും മുമ്പ് കണിയായരുടെ കുടുംബത്തെ ഒന്നു ചോദ്യം ചെയ്യണം. ഭേദ്യവും വേണ്ടി വന്നേക്കും.”

“കുടുംബകം വസുധൈവമായിട്ടുള്ള കണിയാർക്ക് പറയാൻ മാത്രം കുടുംബമില്ല. ഒരു ഭാര്യയുള്ളത് ഇല്ലാത്തതു പോലെയാണ്. മായയുടെ വിപരീതം പോലെ!”

“തനിക്കറിയാത്തതുകൊണ്ടാടോ. പഴയ മൂന്നു ഭാര്യമാരടക്കം നാലാണ് കണിയാർക്ക് ദാരഭാരം. ഉർവ്വശി, മേനക, രംഭ... ഇപ്പൊ തിലോത്തമ. ഇവരിലെല്ലാം കൃത്രിമബീജസങ്കലനം വഴി കുട്ട നിറയെ കുട്ടികളും. എല്ലാം വിദേശത്താണ്. വീട് ചതുർത്ഥിയാണ് സന്താന ങ്ങൾക്ക്. ഒന്നിനൊന്നു കിടപിടിക്കുന്ന രാജ്യസ്നേഹികൾ. ഓരോ വ്യാഴവട്ടത്തിലും പുതിയൊരു മധുവിധുവും അതിനൊരു ബാലവധുവും എന്ന തത്ത്വത്തിൽ അടിയുറച്ചു വിശ്വസിച്ചു സമരം ചെയ്തു ജയിലിൽ പോയയാളാണ് ഈ വീരപ്പൻ.”

കലുങ്കിൽനിന്നു തന്നെ സ്വയം പൊക്കിക്കൊണ്ട് ഡി മാർക്സിൻ തുടർന്നു.

“ഞാൻ, സമയത്തിൽ വിശ്വസിക്കുന്നവനല്ലെങ്കിലും, സമയം പാഴാക്കുന്നില്ല. പോകുംമുമ്പ് നിന്റെയീ വഴവഴാന്നുള്ള എഴുത്തിനെപറ്റി ഒന്നു പറയാനുണ്ട്. വ്യാകരണം ദീക്ഷിക്കാറില്ല, അല്ലേ?”

“വ്യാകരണമല്ല ഭാഷ മിസ്റ്റർ മാർക്സിൻ ,
താളം

“അതു വി കെ എൻ എന്ന ചാത്തുമാമ ചാത്തുചത്തുചാ എന്ന പാലിൻഡ്രോമിനൊപ്പം പറഞ്ഞതല്ലേ?”

“ചാത്തച്ചാർക്കു മുമ്പ് കുഞ്ചനും അത് പറയാതെ പറഞ്ഞു ഫലിപ്പിച്ചിട്ടുണ്ട്. മാർക്സിനറിയോ, ഇന്ത്യയിലെ നാൽപ്പത്തിരണ്ടു ചെറുഭാഷകളാണത്രേ താളമില്ലാതെ തളയിട്ടു തുള്ളി മരിക്കുന്നത്.”

“ഒരു ആപ്തവാക്യം പറയാനാണ് തോന്നുന്നത്. ഒരു ഭാഷ മരിക്കുമ്പോൾ ഒരു സംസ്കാരമാണ് മരിക്കുന്നത്.”

“തിരിച്ചല്ലേ വസ്തുത. ഒരു സംസ്കാരം മരിക്കുമ്പോൾ ഒരു ഭാഷ മരിക്കുന്നു എന്നല്ലേ?”

ഉഊഔ [*സീ(ശീ)ൽക്കാരമാണെന്നു തെറ്റിദ്ധരിച്ചാൽ അതു ന്റെ തെറ്റല്ല.*] സ്പെൻസ്കിയുടെ ശൈലിയിൽ ഡി. മാർക്സിൻ തുടർന്നു :

“നിങ്ങൾ മലയാളികളെ നോക്കു! ഒരു ശരാശരിമലയാളിയുടെപോലും ഭാഷയെത്ര മാറി!”

“മലയാളഫാഷയുടെ കാര്യമൊന്നും പറയല്ലേ ഡി! ചോറിനെ ഫുഡ്ഡ് [ഫൂഡ് എന്നു ശരിക്കുച്ചരിയ്ക്കില്ല] എന്നു വിളിക്കുന്ന വങ്കശിരോമണികൾ! ഫ്യൂറിഡാൻ ഫൂഡാക്കിയ ഫൂൾസ്! മൈ ഫുട്!”

“മാ കി ആംഖ് എന്ന് പറയാഞ്ഞത് നന്നായി. മുട്ടൻ തെറിയായേനെ!”

“ആസ്ട്രേലിയാലിലെ കിരിക്കറ്റുകാരൻ ആൻഡ്രൂ സിമൺസിനോട് ഹർഭജൻ സിംഗ് ‘മാ കി ആംഖ്’ എന്നു പറഞ്ഞപ്പോ, ആദിവാസി കേട്ടത് ‘മങ്കി’ എന്നല്ലേ? ‘ആം സിക് ഓഫ് ദിസ് സിംഗ്’ എന്നു പറഞ്ഞുടിയാൻ വംശീയ കലാപത്തിന് വെടിമരുന്നിട്ടില്ലേ?”

“വംശീയകലാപത്തിന് കളമൊരുക്കി മുടിയഴിച്ചാടേണ്ടാ എന്നു കരുതിയാ ‘മാ കി ആംഖ്‘ ഒഴിവാക്കിയത്.”

“മുടിയാട്ടത്തിന് നിനക്കെവിടെ മുടി? You are as bald as a bare hillock, and as bad too!”

“അതൊക്കെ. ‘മൻ കി ബാത്ത്’ ഒരമേരിക്കക്കാരി കേട്ടത് ‘മങ്കി ബാത്ത്’ എന്നായിരുന്നു എന്നത് കേട്ടിട്ടില്ലേ?”

“അത് ഹിന്ദി ഇംഗ്ലീഷിൽ കേട്ടതു കൊണ്ടല്ലേ?”

“പറഞ്ഞുവന്നതും ഇതൊക്കെ തന്നെ. ഭാഷ ഫാഷയാകുന്നതുമൊക്കെ...”

ഡി മാർക്സിൻ ആലോചിച്ചു. ഗാഢമായിത്തന്നെ. ഭാഷാവിശകലന കുശലൻ, പിന്നെ, മൊഴിമുത്തുകൾ വിതറി:

“മലയാളം എന്നും മണിപ്രവാളമായിരുന്നു. ആദ്യം സംസ്കൃതവും തമിഴും തനിമലയാളവും. ഇപ്പൊ, ഇംഗ്ലീഷും തമിഴും തുളുവുമൊക്കെയുള്ള മണിപ്രവാളം. ഒരു തരം ബാസ്റ്റഡ് ഭാഷയെന്നു പറഞ്ഞാൽ തെറ്റില്ല. പറഞ്ഞു വന്നത്, മലയാളിക്കു സ്വന്തമായി ഒരു ഭാഷയുണ്ടോ എന്ന സന്ദേഹമാണ്. അവന്റെ ഭാഷ പോഷിണിയായതു മറ്റു ഭാഷകളെ കടം കൊണ്ടിട്ടല്ലേ? കള്ളുദ്ദൂക്കാണം [*തെലുങ്കാണേ, ക്ഷമിക്കണം*] ബാറായി. മീഞ്ചന്ത മീൻ മാർക്കറ്റായി.മാൾ ആയി. ഇനി മിഠായിത്തെരുവിനെ സ്വീറ്റ് സ്ട്രീറ്റെന്നു വിളിക്കാത്ത കുറവേയുള്ളൂ. സംസ്കാരം മാറി, ഫാഷയും മാറി.”

“മല്ലൂസിന്റെ സംസ്കാരത്തെപ്പറ്റി എന്നോട് പറയല്ലേ!”

“ചൂടാവാതെഡോ! നീയും മലയാണ്ടവനാണെന്നു മറക്കാതെ! ഒരു പാടു ബാറുള്ള മലബാറുകാരാ.”

“പിറവിയിൽ മാത്രമാണ് മലബാറി. വേറെ മലകളിലും ബാറുകളിലുമായിരുന്നു വളർച്ച. മാതൃഭാഷയോ പിതൃഭാഷയോ സ്വന്തമായില്ലാത്തവൻ. A rank outsider to all languages!”

പൊടുന്നനെ, മാർക്സിൻ വാച്ചിലെ റേഡിയം ഡയലിലേക്കു നോക്കി. ഒരു നിമിഷം മേരി ക്യൂറിയായി.

“മൈ! ടൈം ഈസ് ഫ്ലയിങ്! ഞാൻ പോകട്ടെ. മൈൽസ് ടു ഗോ ബിഫോർ ഐ കാൻ സ്റ്റോപ്പ് എന്ന് ഫ്രോസ്റ്റ് പറഞ്ഞിരുന്നില്ലെങ്കിൽ നിൽക്കാമായിരുന്നു.”

പരസ്പരം റ്റാറ്റാ പറഞ്ഞ് അദ്യം പൊതുവീഥിയിലേക്കും ഞാൻ ഉപവീഥിയിലേക്കും ചലിച്ചു. ചഞ്ചലിത ചഞ്ചലിത ചലിത ചലിത പാദങ്ങളായി.

12

ഭാഷയുടെ ലീലാവിലാസങ്ങളെക്കുറിച്ചു വിസ്മയിച്ചുകൊണ്ടാണ് നടന്നത്. ഒരു ഭാഷ മറ്റൊരു ഭാഷയെ ഒളിപ്പിച്ച "കാതിലോല? നല്ലതാളി" സ്മരണദർപ്പണത്തിൽ ഒരു ഹാസ്യസർപ്പമായി ഫണമുയർത്തി. കുഞ്ചനെപ്പോലെ ഇങ്ങിനെ ഭാഷയെ വളച്ചവരാരുണ്ട്! നമ്പ്യാർക്ക് വളക്കാൻവേണ്ടി പിറന്നവളാണ് ഭാഷയെന്നു തോന്നും. ഓ. വി. വിയും വി.കെ. എന്നുമൊക്കെ ശിഷ്യക്കൾ!

ഇത്ഥം ചിന്തിച്ചതു കൊണ്ടും, ഇരുട്ടായതുകൊണ്ടും [*നാട്ടുവെളിച്ചത്തിന്റെ കുട്ടുണ്ടായിട്ടും*] വഴി പിഴച്ചു. പിഴച്ചവനെന്ന കീർത്തിമുദ്ര തലയിൽ വരച്ചു കിട്ടിയവനാകയാൽ അതിലശേഷവും വൈക്ലബ്യമുണ്ടായില്ല. പിഴച്ചതുകൊണ്ടു വീട്ടിലെത്തിയില്ല. അമ്മാത്തുനിന്ന് പുറപ്പെട്ടു, ഇല്ലത്തെത്തിയതുമില്ല എന്ന പഴഞ്ചൊല്ലുണ്ടാക്കിയെടുത്തത് ഒരു പിഴച്ച നമ്പൂരിയായിരിക്കണം.

എത്തിച്ചേർന്നത് വീടിനകലെയുള്ള കുളക്കരയിലാണ്. ഒരു വ്യാഴവട്ടം രാവിലെയും വൈകീട്ടും [*ചിലപ്പോളുച്ചക്കും*] നീന്തിക്കുളിച്ചതിന്റെ ബാല്യകാലസ്മരണാതരംഗങ്ങളിളകി. ഒരു വ്യാഴവട്ടസ്മരണകൾ! രാമകൃഷ്ണപിള്ളയെപ്പോലെ സ്വദേശാഭിമാനിയായി.

ഒരു ദേശത്തിലെ ദേഹങ്ങളുടെ ഓർമ്മ അയവിറക്കുന്ന ജലരാശി. ആണും പെണ്ണും ഒരുളുപ്പുമില്ലാതെ തുണി പറിച്ചെറിഞ്ഞ് നീന്തിക്കളിച്ചുകുളിച്ചുകിളച്ചുമറിച്ച കുളം. ആ ഓർമ്മകളിൽഞെട്ടിത്തരിച്ചാവണം, പായലുകൾക്കിടയിലങ്ങിങ്ങ്,

പൂത്താലികൾ തെറിച്ചു നിൽക്കുന്നത്. ഇരുണ്ടിരിക്കുന്ന വെള്ളത്തിൽ, വെയിലുകാണാത്ത ഇളംപെൺമുലകളെപ്പോലെ, വിളറിയിരിക്കുന്ന

ആമ്പൽപ്പൂക്കൾ! ഒരു കാറ്റ് അവയെ തലോടി. ഉമ്മവെച്ചു. ഇക്കിളിയിട്ടു. പിന്നെ, പുഞ്ചിരിയോടെ ഓടിയകന്നു.

കുളം ചുറ്റി വേണം വീട്ടിലെത്താൻ. നേരെ നീന്തിക്കടന്നാലോ എന്ന് സാഹസികൻ ആലോചിച്ചു. പണ്ടുകണ്ടതോർമ്മയിലുള്ള കുളം വാത്സല്യത്തോടെ സ്വീകരിക്കും. അതറിയാം. എങ്കിലും...സദാചാരത്തിന്റെ നീർക്കോലികൾ കടിച്ചാലോ? നീർക്കോലിക്കും അത്താഴം മുടക്കാമല്ലോ.

സന്ദേഹിയായി കാലു വെള്ളത്തിലാഴ്ത്തി, ഇടിവെട്ടിയവനെ പാമ്പു കടിച്ചതു പോലെ, ഇടിഞ്ഞ കുളപ്പടവിലിരുന്നു. ഭൂതാതുരത്വത്തിന്റെ കുന്നോളമുള്ള കുളിരും പുതച്ച്...

ഭൂതത്തിൽനിന്നു മനം ഹേതുഹേതുമദ്ഭൂതത്തിലേക്ക് ചാടാനൊരുമ്പെട്ടപ്പോൾ "STOP" എന്നു പറഞ്ഞു. ഔ[ഉ]സ്പെൻസ്കിയുടെ ഗുരു ഗുർജിയേഫ് പഠിപ്പിച്ച തന്ത്രമാണ്. മനസ്സിനെ വർത്തമാനത്തിൽ നിർത്തിപ്പൊരിക്കാൻ. വർത്തമാനത്തിൽ അവൻ പൊരിഞ്ഞില്ലാതാകും. തിരിച്ചു വരില്ലെന്നല്ല. പഹയൻ ഫീനിക്സ് ആണല്ലോ! വിളംബംവിനാവരും പ്രോറ്റിയൻ.

ശരീരം പടവിലഴിച്ചുവെച്ചു. കുളത്തിലേക്കൂളിയിട്ടു. പിന്നെപ്പൊങ്ങി. ജലോപരിതലേ ശവാസനസ്ഥനായി. കണ്ണുകളടച്ചു. നാട്ടുകൾതെണ്ടി നാളുകൾ കഴിഞ്ഞ് വീട്ടിലെത്തുമ്പോൾ അമ്മ കെട്ടിപ്പിടിക്കാറുള്ളതു പോലെ കാറ്റുവന്നു കെട്ടിപ്പിടിച്ചു. മാതൃസ്മരണ പ്രകാശിച്ചപ്പോൾ കുളപ്പടവിലെ ശരീരത്തിന്റെ മുഖം സുസ്മേരമായി.

പൊടുന്നനെ, കുളത്തിനു ചുറ്റുമുള്ള ഇരുൾമരങ്ങളിലും, രഹസ്സുറങ്ങുന്ന കുറ്റിക്കാട്ടുകളിലും താരങ്ങൾ പൂത്തുദിച്ചു. ആകാശത്തിലൊരു താരയും സിതാരയും നുണക്കുഴികളിൽ നഖചിത്രമെഴുതി. പണ്ടിവിടെ ജലസമാധിയായ ചോയി യോഗിക്കു മോക്ഷം കവാടം തുറന്നു. ചുറ്റുവട്ടത്തെ അനപത്യകളായവരുടെ പതികൾ പിതാക്കളായി. 'പിതാക്കളും പുത്രന്മാരു'മെന്ന ടർജെനീവിന്റെ നോവൽ വായിച്ചു. പുറപ്പെട്ടുപോയവർ തിരിച്ചുവന്നു. മരിക്കാൻ പ്രയാസപ്പെട്ടു കിടന്നവർ സസുഖം മരിച്ചു. ഒരമ്മയുടെ സ്നേഹത്തിനു ഇടിത്തീവീഴ്ത്താനും, പെരുമഴ പെയ്യിക്കാനും, മലനിരകളെ മറിക്കാനും, കടലുകൾ വരട്ടാനും കഴിയുമെന്ന് ആർക്കാണറിയാത്തത്!

പക്ഷേ, കണിയാരുടെ പ്രേതം മാത്രം നാല്പത്തിയൊന്നു കഴിഞ്ഞേ വൈതരണി കടക്കൂ എന്ന വാശി വിട്ടില്ല. ഇനി അത് തരണാധീനമല്ലെങ്കിൽ പുതിയൊരു ജന്മമാകാം. ഇണചേരുന്ന ദമ്പതികൾക്കിവിടെ പഞ്ഞമില്ലല്ലോ!

ഞാനോ, മൃത്യുവിനെയും രതിയെയും ധ്യാനത്തെയും കുറിച്ചുള്ള മനനത്തിലായി. മൂന്നും ശരീരബോധമില്ലാതാക്കുന്ന വിദ്യകൾ. രതിയിലതു നിമിഷാർദ്ധത്തേക്കു മാത്രം. ധ്യാനത്തിൽ കുറച്ചുനേരത്തേക്കു കൂടി. മൃത്യുവിലതു മറ്റൊരു ദേഹം പ്രാപിക്കുംവരെ. രതിയിലൂടെ സമാധിയാകാൻ പങ്കാളിയും വേണം. ധ്യാനത്തിലതു വേണ്ട എന്ന സൗകര്യമുണ്ട്. മൃത്യുവിലൂടെ സമാധിപാദം പൂകാൻ മരിക്കുമ്പോൾ ബോധമുണ്ടായിരിക്കണം. അതു കഠിനം. മരിക്കുന്നതിനു തൊട്ടുമുമ്പ് പ്രകൃതി ബോധം കെടുത്തിക്കളയും. മരിച്ചൽപ്പം കഴിഞ്ഞാണ്, "അയ്യോ, മരിച്ചല്ലോ, ക്രീറ്റോയ്ക്ക് ഒരു കോഴിയെ കൊടുക്കാനുണ്ടല്ലോ പ്ലാറ്റോ," എന്ന ബോധം വരിക.

13

ചിന്തയുടെ അശാന്തസമുദ്രത്തിൽ പുനർനിമഗ്നനാകവേ, ആരോ സംസാരിക്കുന്നതായി ശ്രോത്രേന്ദ്രിയം അറിവു തന്നതായി ശങ്കിച്ചു. നമ്പൂരിയായി. പൂണൂലുണ്ടെന്നു ഭാവിച്ചു. [*എല്ലാം ഭാവനയല്ലേ, ഭവാനി, ഭവസാഗരതാരണസഹായി, വരാഭയദായിനി! നീ ഭാവന ചെയ്തു പ്രത്യക്ഷമാക്കിയ ഈ ഭുവിയിൽ, നിന്റെ ഭാവന വരച്ചിട്ട ഞാൻ നിന്നെ വിഭാവനം ചെയ്യുന്നതും വിഭാവനം ചെയ്യുന്ന ജഗദംബികേ!*] ആരാവും ഈ നേരത്ത്? കുളത്തിനക്കരെയുള്ള, കണ്ടങ്ങൾക്കുമപ്പുറമുള്ള പൊക്കൻജീയാണോ? കണ്ടംവഴിഓടിവരാൻ ജീക്കെന്തു കാര്യം?

പൊക്കൻജീ ഒരു ശ്യാമസുന്ദരയവനശില്പമാണ്. ഒരു ലളിതദളിത വിഗ്രഹം. കഴുത്തു കവിയുന്ന കേശഭാരം. വീതിയേറിയ ഫാലസ്ഥലം. പാലിലൊരു സ്പൂൺ കാപ്പിയിട്ടതു പോലുള്ള കണ്ണുകൾ. ഗരുഡനാസിക. അധരങ്ങൾ മേലെ മെലിഞ്ഞും, താഴെ തടിച്ചും. പാറ പൊട്ടിക്കാൻ പറ്റുന്ന നെഞ്ച്. ആനയെ എടുക്കാൻ കഴിവുള്ള കൈകൾ. ഉരുക്കിൽ തീർത്ത ഊരുക്കൾ. ഊരുഭംഗത്തിനു ഭീമൻ വന്നാൽ ഗദ പൊളിഞ്ഞതു തന്നെ. കുറത്തിയാണ് ഉപാസനാ മൂർത്തി.

ജി മന്ത്രവാദിയാണ്. ഒരു താങ്ങിനു കുട്ടിച്ചാത്തനുമുണ്ട്. രാഷ്ട്രീയത്തിൽ ചാത്തൻസാണ്. ചാത്തനെങ്കിലും ഒരു സാവിത്രിയെക്കെട്ടി ദുരവസ്ഥയിലാകാനൊന്നും ജി ഒരുമ്പെട്ടില്ല. കെട്ടിയില്ലെന്നല്ല. കെട്ടി. സ്വാജാതിയിൽത്തന്നെ. പക്ഷേ, പുടമുറി ദിവസം തന്നെ പുള്ളി ബ്രഹ്മചര്യം കണ്ടുപിടിച്ചു കളഞ്ഞു. ഭാര്യ ശാരദാദേവിയായി. ജി, പക്ഷേ, പരമഹംസരായില്ല. ആയിരുന്നെങ്കിൽ ഒരു വിവേകാനന്ദനെയെങ്കിലും ദത്തെടുത്തേനേ! ആനന്ദിക്കാൻ മാത്രം വിവേകമില്ലെന്ന് ജി തിരിച്ചറിഞ്ഞിരിക്കണം.

ഭാര്യ അധികകാലം ഭൂമി വാണില്ല. അവനിവാഴ്വും കിനാവും കഷ്ടവുമാണെന്നു കണ്ടെത്തി, ജിയുടെ ഭാര്യയെന്ന അധികതുംഗപദവും ഇഹവും വെടിഞ്ഞു.

മരിച്ച ഭാര്യയെ കുഴിയിലേക്കിറക്കുമ്പോൾ ഭൂമിയിലേക്കവരെ അയച്ച തമ്പുരാനോട് പറയാൻ ഒരു ഫലിതം നാവിൽ വന്നതാണ്:

'Returning unopened'.

അത് കേട്ടു കോപിച്ചേക്കാവുന്ന ഉടേതമ്പുരാൻ പാർസൽ re-return ചെയ്താലോ എന്നു പേടിച്ചു മിണ്ടിയില്ല. ആത്മഗതമായും പ്രകാശമായും.

കോമളദളിതന് ഇഷ്ടകറി കോഴി.

ഇഷ്ടകവി കുഞ്ചൻ.

"നായന്മാരുടെ പല്ലിനു ശൗര്യം
പണ്ടേപ്പോലെ ഫലിക്കുന്നില്ല!
പണ്ടിവനൊരു കടിയാലൊരു പുല[ച്ചി]യിയെ
കണ്ടിച്ചതു ഞാൻ കണ്ടറിയുന്നേൻ"
എന്ന വരികൾ ഏറെ പഥ്യം.

കുഞ്ചനെ ഇഞ്ചിഞ്ചായരച്ചുകലക്കിക്കുടിച്ച് ഏമ്പക്കം വിട്ട ഭീകരനാണ് പൊക്കൻജി. കുഞ്ചനിലെ പാലക്കാടൻ സ്ലാംങ് ഗവേഷണം ചെയ്ത കുഞ്ഞുണ്ണി ഒരിക്കൽ പറഞ്ഞതാണ്. ഒരു പത്തു തവണ ഡോക്ടറേറ്റു നേടാനുള്ള ഗവേഷണം കുഞ്ചന്റെ തുള്ളലിൽ നടത്തിയിട്ടുണ്ട് അറബിയിൽ പോക്കർ എന്ന് വിളിക്കപ്പെടുന്ന പൊക്കൻജി.

റ്റെൻ റ്റൈംസ് ഡോക്ടർ പൊക്കൻജി മഹാരാജിന്റെ തുള്ളലിലുള്ള അത്ലാന്തിക്കാഴം മനസ്സിലാക്കിയത് ഒരു മീനമാസത്തിലായിരുന്നു. ജിയുടെ ചാപ്പക്കരികിലെ ചാണകം മെഴുകിയ മാവിൻതറയുടെ കുളിരിലിരുന്ന് മീനവെയിലന്റെ വെട്ടിത്തിളങ്ങുന്ന ലാവണ്യം ആസ്വദിക്കുകയായിരുന്നു ഞങ്ങൾ [*മദ്ധ്യേ വൃശ്ചിക ദംശനമില്ലാത്ത*] മർക്കടസുരാപാനകർ.

തൊടിയിൽ ഞാൻ ആടുകളെ കണ്ടു. കോഴികളെ കണ്ടു. പൂച്ചകളെയും, ഒരു പട്ടിയെയും കണ്ടു. ഗോക്കളെ കണ്ടില്ല. കുതൂഹലകുമാരനായ് ആരാഞ്ഞു:

"ജീ, ഗോ വർദ്ധനത്തിൽ താൽപ്പര്യമില്ലേ?"

ഉടൻ അദ്ദേഹം വി. കെ. എൻ. പറഞ്ഞതാവർത്തിച്ചു:

"Cow is a political animal. പശു ഒരു ദേശീയ രാഷ്ട്രീയ ജന്തു ആകുന്നു. വീട്ടിൽ രാഷ്ട്രീയമില്ല."

വീട്ടിലും പൗവർ പൊളിറ്റിക്സ് ഉണ്ടെന്നു പറയാൻ നാക്കു പൊങ്ങിയതാണ്. ഒരു ബോയ് ഫെമിനിസ്റ്റിനെപ്പോലെ. തോന്നിയതൊക്കെ പറയുന്നത് തോന്ന്യാസമെന്ന് കരുതി അടങ്ങി.

മാവു നിറയെ കണ്ണിമാങ്ങകളും, മഞ്ഞപോലുള്ള പൂക്കളുമായിരുന്നു. ചാത്തൻജിക്കു കുട്ടികളില്ലാത്തതു ഭാഗ്യം. അല്ലെങ്കിൽ മാമ്പൂവൊടിച്ചതിന്റെ പേരിൽ കുട്ടിച്ചാത്തനെത്തല്ലി 'മാമ്പഴം" എഴുതി പ്രശസ്തനായേനെ.

വാനരന്മാർക്കുമുമ്പിൽ ഒരു പുത്തുർത്തോർത്തിൽ ഒരുക്കിവെച്ച തുളുമ്പും കള്ളിന്റെ നാലു കുപ്പികൾ. രണ്ടു കോപ്പകൾ. ഒരു വസ്സി കോഴിക്കറി.

മീനച്ചൂടു തണുപ്പിക്കാൻ മീനല്ലേ നല്ലതെന്ന് സംശയിച്ചു. കടിക്കാൻ മീൻ പോരാ, കോഴി തന്നെ വേണമെന്ന് ജി മർക്കടനായ് മുഷ്ടി ചുരുട്ടി. കോഴിച്ചൂട് മധുത്തണുപ്പിൽ ആവിയായിപ്പോകുമെന്ന് ആശ്വസിപ്പിച്ചു.

ഓണനിലാവിന്റെ ഒളി മങ്ങിപ്പിക്കുന്ന ഇളംപുളിക്കള്ള്. മുകളില്ലെണ്ണ കണ്ണേറിയുന്ന എല്ലുരാത്ത കോഴി. [*കണ്ണിണകൊണ്ടു കടുകു വറുക്കുന്ന ശ്രീമതി ജിയുടെ കൈപ്പുണ്യം. ആ വറവിലൊന്നും കരിംചാത്തൻ വീഴില്ല. അവർക്കു സ്വയം വരളാനായിരുന്നു വിധി.*] എരിവു പോരെന്നു തോന്നിയാൽ കടിക്കാൻ പച്ചപ്പറങ്കി. കാന്താരി.

ദാഹം തോന്നിയ ഞാൻ കോപ്പയിലേക്കു കള്ളൊഴിക്കാൻ കുപ്പിയുടെ കഴുത്തു പിടിച്ചു. ജി കാലിഫോർണിയൻ ആക്സെന്റിൽ വിലക്കി:

"ഹോൾഡ് ഓൺ ഡ്യൂഡ്! പുളിയുള്ള ഷാമ്പെയ്നാണ്. മത്താകാൻ സാദ്ധ്യതയുണ്ട്. ബേയ്സായി ആദ്യം അൽപ്പം വെണ്ണ തിന്നൂ."

റമ്മിൽ ബട്ടറിട്ടു ചൂടുവെള്ളമൊഴിച്ചു കുടിച്ചിട്ടുണ്ട്. ഹോട്ട് ബട്ടർ റം. അതു ഹാങ്ഓവർ വരാതിരിക്കാൻ. കള്ളിനു വെണ്ണ ഇതാദ്യമായിട്ടാണ്.

വെണ്ണയെത്തോൽപ്പിക്കാൻ അഹങ്കരിക്കാത്ത ഉടലുമായി ശ്രീമതി ജി, ആജ്ഞപ്രകാരം, ആട്ടപ്രകാരം, വെണ്ണയെത്തിച്ചു.

വെണ്ണയ്ക്കു മീതേ കള്ളു വീണപ്പോൾ തല മൊത്തം വെണ്ണിലാവായി. മീനവെയിൽ മീനച്ചിലാറായി. പൂമാവ് കല്പവൃക്ഷമായി. കണ്ണും കരളും മൂക്കും കുളിർത്തപ്പോൾ ആനന്ദലബ്ധിക്കിനിയൊരു പാട്ടു വേണമെന്നു തോന്നി. തോന്നിയതും പശ്ചാത്തലത്തിൽ പുഷ്പം പോലെ ഒരു പാട്ടും വന്നു:

മാന്തറയയിലിരിക്കുന്നോനേ
മരനീരു കുടിക്കുന്നോനേ
മാമ്പൂക്കുലയൊന്നു തരാമോ
മാമ്പൂക്കുല നീ തന്നാകിൽ
മാധവിയായ് ഞാൻ മുന്നിൽ വരാമേ...

പാട്ടിന്റെ പോക്കത്ര പന്തിയല്ലെന്ന മനസ്സിലായി. ഇവളെന്നെക്കൊണ്ടു മാമ്പഴം എഴുതിച്ചൊരു മേനോനാക്കിക്കളയും. റ്റെലിപ്പതി വഴി നിഷ്ക്കരുണം അവളുടെ കഴുത്തിനു പിടിച്ചു. പാട്ടിന്റെ ബാക്കി തൊണ്ടയിൽ കുരുങ്ങി അവളൊടുങ്ങി. കൊലപാതകത്തിനു സാക്ഷികളില്ലാത്തതിനാൽ ജയിൽവാസം ഒഴിവായി.

ദാഹം ശമിച്ചപ്പോൾ വിശപ്പ് വിഷമിപ്പിച്ചു. കാത്തുകാത്തു മടുത്തിരിക്കുന്ന കോഴിയിലേക്കു കൈ നീണ്ടു. ജി വീണ്ടും വിലക്കി:

"നീ എന്തൊരു ശിശുവാണ്! കോഴിക്കു മീതേ ചെറുനാരങ്ങാ നീരു തളിക്കു. അല്ലെങ്കിലവൻ വയറ്റിൽക്കിടന്നു കൂവും. നീയൊരു കോഴിയാണെന്നു നാട്ടുകാർ തെറ്റിദ്ധരിക്കും."

"ധാരണ തെറ്റല്ല മഹാരാജ്! കൂവാറില്ലെന്നേയുള്ളൂ. കോഴിയാണ്. നാട്ടുകാർ എന്നു കറിയാക്കുമെന്ന ശങ്ക മാത്രമേയുള്ളൂ."

മിസ്സിസ് ജി അടുക്കളയിൽ നിന്ന് അരങ്ങത്തേക്ക് വീണ്ടും വന്നു. കോഴിയെ നാരങ്ങാനീരിൽ കുളിപ്പിച്ചു അരങ്ങൊഴിഞ്ഞു. കുറച്ചുനേരത്തേക്കു പല്ലു മുറിയേ എല്ലു മുറിയുന്ന ശബ്ദം മാത്രമേ ഉച്ചയുടെ നിശ്ശബ്ദതയെ ഭഞ്ജിച്ചുള്ളൂ.

കുടിക്കും തീറ്റക്കും ഒരു ബ്രെയ്ക്ക് വന്ന നേരത്താണ് ജി കുഞ്ചനെക്കുറിച്ച് വാചാലനായത്:

"ബല്ലാത്തൊരു പഹയനാണീ സഖാവ്. കഞ്ഞി കുടിക്കുന്ന ശ്രീകൃഷ്ണനു കൂട്ടാനായി ചീരയും തക്കാളിയും വേറെയേതൊരു കവി കൊടുത്തിട്ടുണ്ട്. കുംഭകർണ്ണൻ ഉറങ്ങിഎഴുന്നേൽക്കുമ്പോൾ തട്ടാൻ ആടും, പോത്തും കോഴിയും. ഒരു മട്ടൺ-ബീഫ്-ചിക്കൺ കോക്ക്ടെയ്ൽ! ദുര്യോധനൻറേയും മറ്റും ഭടന്മാർ നായന്മാർ! അവർക്കു തിന്നാൻ ചോറിനൊപ്പം കടൽവാഴക്കാക്കറി! അതു കിട്ടിയില്ലെങ്കിൽ അവർ കുട്ടിപ്പട്ടന്മാരെ ഏത്തമിടീക്കും. നായന്മാരെ ഇങ്ങനെ മേടുന്നതു കൊണ്ടാണ് എനിക്കു തുഞ്ചൻതുള്ളലിൽ കമ്പമുണ്ടായതേ."

ജിക്കു തൊണ്ട വരണ്ടിരിക്കണം. അദ്ദേഹത്തിന്റെ ഘനശ്യാമഹസ്തം കുപ്പിയുടെ ഗളം ഗ്രഹിച്ചു.

ഇടി[*ഇളം*] ചക്ക തൊലികളഞ്ഞ്, ചെറുതായി നുറുക്കി, ആവിയിൽ വേവിച്ച്, കുരുവോടെയിടിച്ച് കുഴമ്പു പരുവമാക്കി, തേങ്ങ ചിരകിയത് ചേർത്ത്, നെയ്യിൽ വറുത്ത കടുകും ജീരകവും ചേർത്ത മറ്റൊരു ഉപദംശവുമായി മിസ്സിസ് ജി പുനഃ പ്രത്യക്ഷയായി. തറയിലതുവെച്ച് ശ്യാമലാവണ്യം അപ്രത്യക്ഷയുമായി.

ബട്ടറുകൊണ്ട് അടിത്തറയിട്ടിരുന്നുവെങ്കിലും, കള്ളെന്നെ കുത്താൻ തുടങ്ങിയിരുന്നു. ഉച്ചവെയിലിന്റെ വീര്യം കൂടി കലർന്നതു കൊണ്ടാവണം. എനിക്ക് കരച്ചിൽ വരാൻ തുടങ്ങി. ബോധത്തിന്റെ അണ പൊട്ടിച്ച് അബോധത്തിന്റെ ജലധാര കുതിച്ചു വരുമ്പോൾ അങ്ങിനെയാണ്. അനന്തജന്മങ്ങളിൽ ചെയ്ത അഹിതകർമ്മങ്ങളുടെ സംസ്കാരസഞ്ചയം ഒരു അന്ധകാരസമുദ്രമായി ആയിരമായിരം ഫണങ്ങളുയർത്തി എന്നെ വിഴുങ്ങാൻ വരും. ജന്മജന്മാന്തരങ്ങളായി നീറിപ്പുകഞ്ഞതിന്റെയെല്ലാം വെണ്ണീറു വാരി മേലാകെപ്പൂശി ചുടലനൃത്തം ചെയ്യാൻ തോന്നും. കരഞ്ഞാലും തീരാത്ത കഴുതക്കാമനകളുടെ കിരാതനൃത്തം. നല്ലപാതി പലപ്പോഴും പറയുമായിരുന്നു:

“നീ ഒന്നല്ല. രണ്ടാണ്. ചിലപ്പോൾ രണ്ടിൽക്കൂടുതലാണ്. ബോധാ ബോധത്തിന്റെ വരമ്പിൽനിന്ന് അങ്ങോട്ടുമിങ്ങോട്ടും ചാടിക്കളിക്കുന്ന കുരങ്ങൻ കുഞ്ചിരാമൻ. ചിലപ്പോൾ ഡോക്ടർ ജെക്കിൽ. മറ്റു ചിലപ്പോൾ മിസ്റ്റർ ഹൈഡ്. ഭാഷമാറും. ശൈലി മാറും. മുഖഭാവം മാത്രമല്ല മുഖത്തി ന്റെ രൂപം തന്നെ മാറും. പക്കാ സ്കിറ്റ്സോഫ്രിനിക്. ജാനസ്സിനെ പ്പോലെ ഭൂതത്തിലേക്കും ഭാവിയിലേക്കും മുഖം തിരിച്ചിരിക്കുന്നവൻ. ദ്വിമുഖി. വർത്തമാനത്തിൽ തപ്പിയാൽ പിടികിട്ടാത്ത പുള്ളി. ഒന്നായ നിന്നെയിഹ എന്തിനിങ്ങനെ രണ്ടായിപിരിക്കണം? അബോധത്തിൽ നിന്നു തള്ളിത്തുള്ളി വരുന്ന അന്ധകാരത്തെ ബോധത്തിന്റെ ഒരു മിന്നലുകൊണ്ട് വെളിച്ചത്തിലാക്കാൻ പറ്റില്ലേ? മിന്നൽക്കൊടി ക്ഷണ പ്രഭയെങ്കിലും, ആ ഒരു ക്ഷണം പോരേ, നിന്റെയുള്ളിലെ കരിന്തേളു കളെയും കാളസർപ്പങ്ങളെയും തിരിച്ചറിയാൻ? ഒരു തുള്ളി വെളിച്ചം മതിയല്ലോ കോടിയുഗങ്ങളിലെ അന്ധകാരഭാരമാറ്റാൻ! ബോധത്തിന്റെ ഒരേയൊരു തുള്ളി വെളിച്ചം!”

കരച്ചിൽ കടുത്തു വരുന്നുവെന്ന് തോന്നിയപ്പോഴാണ്, പൊക്കൻജി വീണ്ടും കുഞ്ചനിലേക്കു മടങ്ങിയത്. വായിലിട്ട ഇടിച്ചക്ക, കള്ളിന്റെ കരുണയോടെ, തൊള്ളയിലൂടെ താഴേക്കു നിക്ഷേപിച്ചപ്പോൾ വീരൻ വീണ്ടും ഫോമിലായി.

14

കുഞ്ചൻസ്മാരകപ്രഭാഷണം ദളിതശ്രീ തുടങ്ങിയപ്പോഴേക്കും, ഞൊടിയിടയിൽ [*എനക്കു കേക്കണ്ട നിന്റെ നൊടിച്ചലൊന്നും എന്നാരോ പറഞ്ഞുവോ?*], ഇവാനും, ദിമിത്രിയും, അല്യോഷയും, സ്മെർദിയാക്കോവും ഒരേസമയം ഉള്ളിൽ തിളയ്ക്കുന്ന ഈ ബഹുമുഖജ്ജ്വാലാമുഖി ഒരൊറ്റ കരമസോവായി. ഏകമുഖനായി. ഉള്ളിലെ ഭീകരതകൾ ഒളിവിലാക്കി പുറമേ മഞ്ഞിന്റെ മന്ദസ്മിതമഞ്ജിമ തേച്ചിരിക്കുന്ന ഹിമാലയമായി. കേൾക്കാൻ തയ്യാറായി.

ജി തുടങ്ങി:

“ഭാഷാഭീമനൊക്കെത്തന്നെ കുഞ്ചൻസ്. കഥാപാത്രങ്ങൾ കർണ്ണാടകത്തിലെത്തുമ്പോൾ കന്നഡയിലും, പാണ്ടിനാട്ടിലാകുമ്പോൾ തമിഴിലും, തെലുങ്കുദേശത്തെത്തുമ്പോൾ തെലുങ്കിലും പാട്ടുപാടുന്നതു കേട്ടാൽ കോരിത്തരിക്കും. എന്തിന്, തുളുവിൽ തുള്ളുന്ന പാത്രങ്ങളുണ്ട്. ശിവപൂജചെയ്യുന്നതിനിടയിൽ തടസ്സം വരുത്തിയ ചിത്രയോധിയോടു രാവണൻ സംസാരിക്കുന്നത് ശുദ്ധസംസ്കൃതത്തിലാണ്. എനിക്കു പേഴ്സണലായി വിസ്മയം നിറഞ്ഞ ഇഷ്ടമുണ്ടാക്കിയത് ആശാൻ ഗോസായി ഭാഷയിൽ കവനം ചെയ്തതു കണ്ടപ്പോഴാണ്. അടിയൻ കണ്ടിട്ടുണ്ടെങ്കിലും തടിയില്ലാത്ത നീങ്കൾ യെശ്മാൻ കേട്ടിട്ടില്ലാത്തതു കൊണ്ട് അതൊന്നു പാടാം. സ്യമന്തകം തുള്ളലിൽ ഗോസായികൾ സദ്യയുണ്ണുമ്പോഴുള്ള വിശേഷമാണ്:

‘ജേജേ റാം സീതാറാമ്രാം
ജേജേ റാംറാമ്രാം കോദണ്ഡാമ്രാം
തുമാറ മുല്ലുക്കു കോനു മുല്ലുക്കു...

അമാറ മുല്ലുക്കു കാശി മുല്ലുക്കു
തുമാറട്ടിക്കാണി കാഹറേ ബാവാ
അമാറട്ടിക്കാണി സീതാറാമ്രാം
ബ്രഹ്മദേവോ ദാവൻദാറോ
അച്ഛാ പാനീ ഡാലോ ഡാലോ
പത്താലാവോർക്കാരീലാവോ
മെസ്സലാവോ കേലീ ലാവോ
ദ്രുഹി ലാവോ ദുറുദേ ലാവോ
സുപ്പാരി ലാവോ സക്കരി ലാവോ
പൂരി ദാറെ ദസ്സ ലാവോ
ധിക്രാധാറോ തമാക്കു ധാറോ
സുണ്ടെധാറൊ കഘാലാവോ
റേപോധാറൊ ഭാജിക്കറാബ്
പാനീ പീയോ മേരാ പെട്ടബം
ഊട്ടുറുമായി കുങ്കുറു കുംകുറു കുംകുറു
ജാറെഹറാജാ മുറജാഹറജാറെ.'

ഡോ ശ്മശ്രൂ, ജീവിതത്തെ രണ്ടു തരത്തിൽക്കാണാം. ഒന്ന്, മസില്ല പിടിച്ച പരമ ഗൗരവത്തിൽ. മനസ്സു കനപ്പിച്ച്. മറ്റൊന്ന്, വളരെ ലാഘവത്തിൽ. നൊമ്മടെ കൃഷ്ണനെപ്പോലെ, സകലതുമൊരു ലീലയായി. വിലാസത്തോടെ. അമേരിക്കയിൽ കുടിപാർത്ത ആ ബ്രിട്ടീഷുകാരൻ പി. ജി. വോഡ്ഹൌസിനെപ്പോലെ. തുള്ളലിൽ കുഞ്ചൻ ജീവിതത്തെ വോഡ്ഹൌസായാണ് കണ്ടത്."

"മനസ്സു പിരിമുറുകി പൊട്ടാറാകുമ്പോൾ ഈയുള്ളവനും ഒരു വോഡ്ഹൌസ് നോവൽഗുളിക കഴിച്ചാണ് അവസാദമുക്തി നേടാറുള്ളത്. അതിരിക്കട്ടെ, നമ്പ്യാരെ വോഡ്ഹൌസ് സ്വാധീനിച്ചിട്ടുണ്ടോ?"

"ഇതാണ് ഞാൻ നിന്നെ ശ്മശ്രുവെന്നു വിളിച്ചത്. ക്രോണോളജി അനക്രോണിസമാക്കി നീ അലമ്പാക്കും. കുഞ്ചനു മുമ്പ് തുഞ്ചൻ. അങ്ങോരിങ്ങോരെ സ്വാധീനിച്ചിട്ടുണ്ട്. പിന്നെയാ എരിശ്ശേരിയെന്നോ മറ്റോ പേരുള്ള ഒരു നമ്പൂരിയും. കുഞ്ചന്റെ ബാധ കൂടിയവരും കുറവല്ല. അതിലൊരുവനാണ് വി. കെ. എൻ. എന്ന വിളിപ്പേരുള്ള മഹാമഹിഷാസുരൻ."

"അസുരനിൽ വോഡ്ഹൌസ് സ്വാധീനമില്ലേ?"

"ഭാഷാപ്രയോഗത്തിലുണ്ടെന്ന ശങ്കയില്ലാതെയില്ല."

"ഞാനെന്തെങ്കിലും കുറിച്ചാൽ അപ്പൊ അതിൽ നാരായൺസിനെ പലരും തപ്പുന്നു."

"അതു കാര്യമാക്കേണ്ട. അസുരൻ സോഷ്യോപൊളിറ്റക്കലായിരുന്നു. നീ സോഷ്യലുമല്ല, പൊളിറ്റക്കലുമല്ല. അസോഷ്യൽ, അപൊളിറ്റിക്കൽ ആനർക്കിസ്റ്റ്! ഏൻ യൂ നോയിറ്റ് ട്ടൂ വെൽ! പക്ഷേ, നിയതാൻ തുച്ഛമല്ലേ എഴുതാറുള്ളൂ."

"തുച്ഛം. ക്ഷുദ്രം."

"അതെന്താ നിനക്കങ്ങു കുറേയെഴുതിയാല്?"

"എനിക്കെഴുതാനുള്ളതൊക്കെ ആ കള്ളന്മാർ ദസ്തയേവ്സ്കിയും കസന്ദ് സാക്കീസും കൂടി എഴുതിക്കളഞ്ഞില്ലേ? അവന്മാർ എനിക്കു മുമ്പേ ജനിച്ചത് അവന്മാരുടെ ഭാഗ്യം. ഇല്ലെങ്കിൽ ഞാനവരെ സ്വാധീനിച്ചേനെ!"

"ലോകസാഹിത്യം രക്ഷപ്പെട്ടുവെന്നു പറഞ്ഞാൽ മതിയല്ലോ. "

അടുത്തുള്ള കുപ്പിയുടെ കഴുത്തിൽ കയറുപോലെ കൈമുറുക്കി പൊക്കൻജി ഒരു നിമിഷം കണ്ണടച്ചു. ഒരുത്തരാധുനികകവിയെപ്പോലെ മൗനത്തിന്റെ വല്മീകത്തിലൊളിച്ചു.

15

ഉത്തരാധുനികൻ മൌനത്തിന്റെ വൽമീകം പൊളിച്ച് ആദികവിയായി അവതരിക്കാൻ നേരം ഏറെയെടുത്തു. ഇതിനിടയിലെപ്പെഴോ ഘടാഘടിയന്റെ അനാഘ്രാതകുസുമം ഒരു കിണ്ണം ക്യാൻസർക്കറി കൊണ്ടുവെച്ചു. അതൽപ്പം രുചിച്ച ഞാൻ ക്യാൻസർ വാർഡിലെ ചിരിയായി. പറയാൻപാടില്ലാത്തതുകണ്ട പൊട്ടനെപ്പോലെ ഇന്നസൻറായി ഇളിച്ചുകൊണ്ടേയിരുന്നു. നിദ്രയിലോ തന്ദ്രയിലോ ആയിരുന്ന ദളിതതാപസൻ സ്വാപസ്വപ്നങ്ങളുടെ വലപൊട്ടിച്ച് ഭാഷണത്തിലേക്കരിച്ചിറങ്ങിയത് അറിഞ്ഞതേയില്ല.

“ഭാഷാഭീകരനൊക്കെത്തന്നെ നമ്പ്യാരദ്യം. എങ്കിലും അങ്ങേരുടെ സ്ത്രീചിത്രീകരണം അത്ര രുചികരമല്ല. രുചിരാംഗിമാരുടെ പാദാദികേശവർണ്ണനകളൊക്കെക്കൊള്ളാം. എന്നാൽ, കുഞ്ചരുടെ പെണ്ണുങ്ങൾ സംസാരിക്കുമ്പോഴും, അദ്യം അവരെക്കുറിച്ചു കമന്റു ചെയ്യുമ്പോഴും ഒരു ചാരുതയില്ല. നൊ എലിഗൻസ്. നൊ ഗ്രെയ്സ്. സോ ഗോഷ്! ദമയന്തിയൊക്കെ ചന്തപ്പെണ്ണുങ്ങളെപ്പോലെ സംസാരിക്കുന്നത് അരോചകമായാണ് അനുഭവവേദ്യമാകുക. പെണ്ണുങ്ങളെ ഇടിച്ചുതാഴ്ത്തുന്ന ഒരു മിസജിനിസ്റ്റിക്ക് മനോഭാവം. ആണധികാരത്തിനുമീതെ ഒരു പെൺപരുന്തും പറക്കാതിരുന്ന കാലമായതു കൊണ്ടാവാം. നങ്ങേമയും താത്രിക്കുട്ടിയും അണിയറയിൽപ്പോലുമില്ലായിരുന്നല്ലോ. ബ്രാ [*പാൻറീസും*] കത്തിക്കുന്ന കോബ്രിണികൾ [കോബ്രിണി she-cobraയാണെന്നു അക്ഷരശുദ്ധിയും വിവരവുമില്ലാത്തവരെ ധരിപ്പിക്കട്ടെ.] അക്കാലത്തില്ലാതിരുന്നത് കുഞ്ചരുടെ ഭാഗ്യം. ഴാങ് പോൾ സാർത്രിനെ കെട്ടാതെ കെട്ടിയ

സെക്കൻഡ് സെക്സ് സിമോങ് ദി ബുവേ പിറക്കാൻ കാലമിനിയും ഉരു ളേണ്ടിയിരുന്നു. വിഷുവും ഓണവും കുറേ വരേയേണ്ടിയിരുന്നു."

ഒരു നിമിഷം ഭീകരന്റെ കണ്ണുകൾ ക്യാൻസർക്കറിയിലുടക്കി. ഇതെന്തു മായ, ഈ ഞണ്ടുകറി ഇവിടെയെങ്ങിനെ എന്ന വിസ്മയ ത്തോടെ [illegible] നോക്കി. ഞാൻ ഇളിച്ചുകൊണ്ടേയിരുന്നു.

ഉണ്ണിക്കണ്ണനിൽ ഈരേഴുപതിനാലു ലോകങ്ങളെയും ഒറ്റയടിക്ക് കണ്ട യശോദാമ്മയെപ്പോലെ, തേരാളിക്കണ്ണനിൽ ഉലകമാകെ കണ്ട കിരീടിയെപ്പലെ, ഒരു മൺതരിയിൽ മഹീതലം മുഴുവൻ കണ്ട കവിയെപ്പോലെ, ഒരു നീർത്തുള്ളിയിൽ ഒരു നീരാർണ്ണവം കണ്ട വില്യം ബ്ലെയ്ക്കിനെപ്പോലെ, വിസ്മയരസമുണർന്ന കണ്ണുകളോടെ ജി ആകാ ശത്തേക്ക് നോക്കി. വിശാലമായൊരു സിറാമിക് ഭാജനം പോലെ നഭസ്സ്. അതിൽ ഭോജനമെന്നപോൽ, ഉരുകിയൊലിക്കും ബുൾസ്ഐ പോലെ, സൂര്യൻ. "നിന്റെ നീലനീലയാം ഹോമകുണ്ഡത്തിലെൻ, ശോണശോണമാം ബീജവാഹിനിക്കുഴൽ പാടിയ സൂര്യഗായത്രികൾ" എന്ന് 'മാതൃഭൂമി'യിൽപ്പാടി സദാചാര കിങ്കരന്മാർക്ക് ജോലിയുണ്ടാ ക്കിയ മേലത്തു മന:കാതിൽ മുഴങ്ങി.

ആ നേരം, ദില്ലിയിൽ കൊണാട്ട്പ്ലെയ്സിൽ [ഇന്നതിന് വായിൽ ക്കൊള്ളാത്ത പേരാണ്.] ബ്രൗൺ ബേക്കറിയിലിരിക്കുകയായിരുന്ന കുഞ്ഞുണ്ണിയുടെ ആനന്ദമയകോശം വരെ ഈ വിസ്മയത്തിന്റെ രശ്മിക ളെത്തി. അദ്ദേഹവും വിസ്മയതുന്ദിലനായി.

ലഘുഭക്ഷണം ഗൗരവത്തോടെ ആഹരിക്കുകയായിരുന്നു ക്രുദ്ധമുനി യുടെ ലക്ഷ്യം. ഹോർമോൺ കുത്തിവെച്ച കോഴിയെ തറിച്ചു കുത്തിക്ക യറ്റിയ ക്രിസ്പ് റോൾ വൺ. [താമസിയാതെ, ക്ഷുഭിതൻ ദില്ലിയിൽനിന്ന് ഹൈദരാബാദിലേക്ക് കുടിയേറും. സാത്വിക താപസനാകും. സന്ധ്യക്ക് നോവലെഴുതാതെ, നാമം ചൊല്ലും. ലക്ഷണമൊത്ത സസ്യാഹാരിയും ഹൈന്ദവ വിശ്വാസിയുമാകും. കണ്ട ശവങ്ങളെല്ലാം കുഴിച്ചിടാനുള്ള തല്ലാ തന്റെ വയറെന്ന വെളിപാടുണ്ടാകും. മധുരം ഗായതി. ഗായ് അതി മധുരം. പശുവിനു നല്ല മധുരമെന്ന് പരിഭാഷ. Sweet is beef.] അത് തൊണ്ടയിൽ തടയാതെ സുഗമമായ് താഴാൻ അവക്കാഡോ ജ്യൂസ് ഒരു ഗ്ലാസ്സ്. അവക്കാഡോയുടെ ഗുണമറിയുന്ന ആരും മറ്റൊരു വൃത്തികെട്ട സത്തും മോന്തില്ല [കള്ളൊഴിച്ച്]. അവക്കാഡോ കഴിച്ചാൽ കൊളസ്ട്രോൾ കുറയും. അർബുദം അടുക്കില്ല. ചർമ്മം സ്നിഗ്ദ്ധമാകും. എല്ലിനും പല്ലിനും അവക്കാഡോ ബലവർദ്ധിനിയാണ്. ബുദ്ധിവൃദ്ധിയും സിദ്ധിക്കും. [ബുദ്ധി തീരെയില്ലാത്തവർക്ക് ഉള്ളത് കൂടി ഇല്ലാതാകും. Whoever has, will be given more; whoever does not have, even what they have will be taken away from them എന്നല്ലേ മത്തായിയുടെ സുവിശേഷം.]

കോഴിയേയും കടിച്ച്, അവക്കാഡോയും കുടിച്ച്, ഐഹികാനന്ദത്തിന്റെ അളകനന്ദയിലിരിക്കുമ്പോഴാണ് പൊക്കൻജിയുടെ വിസ്മയരശ്മികൾ കുഞ്ഞുണ്ണിയുടെ ആനന്ദമയകോശത്തെ അതിമൃദുവായ് സ്പർശിച്ചത്. വിസ്മയത്തുന്ദിലനായ് ഉണ്ണിക്കുഞ്ഞ് കാതുകളുടെ ഫ്രീക്വൻസി ശരിയാക്കി. ജിയുടെ വചനങ്ങൾ സ്വീകരിക്കാൻ കർണ്ണേന്ദ്രിയത്തെ പ്രാപ്തമാക്കി.

E S P യിൽ സാധാരണമല്ലാത്ത നൈപുണ്യമുള്ള ഞാനും, പാതിയുറക്കത്തിലെങ്കിലും, ദളിതമനോഗതം ഗ്രാഹ്യവിധേയമാക്കി. ജിയുടെ സ്വഗതം ഇപ്രകാരം പ്രകാശിച്ചു:

“വെറും അഞ്ചുഭൂതങ്ങളാലുൽപ്പന്നമായ ഈ പ്രപഞ്ചമെന്ന മഹാവിസ്മയത്തിൽ സ്വയംഭൂവായ ഈ ഞണ്ടുകറിയും ഒരു വർണ്ണഗന്ധരുചി വിസ്മയം തന്നെ. ഹിമവാനെപ്പോലെ വിസ്മയിപ്പിക്കുന്നതാണ് ഹിമബിന്ദുവും. മഹാവനം പോലൊരു വിസ്മയമല്ലേ മാന്തളിരും! ഇവിടെ കാണുന്നതും കേൾക്കുന്നതുമെല്ലാം വിസ്മയമയമായതുകൊണ്ട്, ഒന്നുമൊരുത്തനും വിസ്മയമാകുന്നില്ലെന്നത് അതിലേറെ വിസ്മയം! വിസ്മയമേ ജീവിതം. മനുഷ്യൻ തന്നെ എന്തൊരു വിസ്മയമാണ്. അവരിൽ സ്ത്രീകളോ, അത്യത്ഭുതം! അവരില്ലില്ലാത്തതായ് എന്താണുള്ളത്!

16

[ഉണർന്നിരുന്നു കേൾക്കുന്നതിനേക്കാൾ പാതിമയക്കത്തിൽ കേൾക്കുന്നതാണ് മനസ്സിലാഴത്തിൽ പതിയുക എന്നൊരു മതമുണ്ട്. ബോധമനസ്സ പത്തും, ഉപ, അബോധമനസ്സ തൊണ്ണൂറും ശതമാനമായിരിക്കേ ആ മതം ശരിയായിരിക്കണം. മാഷു ക്ലാസ്സിൽ കുട്ടികളെ പഠിപ്പിച്ചു നശിപ്പിക്കുമ്പോൾ കുട്ടികളിൽ പതിയുക പാഠഭാഗങ്ങളല്ലാ, അവരബോധമായ് ഗ്രഹിക്കുന്ന പാഠേതര കാര്യങ്ങളാണ്. മാഷിന്റെ കുപ്പായം. ചേഷ്ടകൾ. ചുവരിലെ, തറയിലെ നിഴൽച്ചിത്രങ്ങൾ. എ. സിയുടെ ഏകതാന സംഗീതം. എങ്ങുനിന്നോ പറന്നെത്തുന്ന മണവും രവവും... രാത്രിയിലുറക്കത്തിലേക്കു വഴുതി വീഴുമ്പോൾ, ഉള്ളിലെന്തു ചിന്തയാണോ, അതേ ചിന്തയോടെയായിരിക്കും രാവിലെ കണ്ണിഴിക്കുന്നത്. അതുകൊണ്ടാണ് പണ്ടത്തെ വിവരമുള്ള പൊട്ടന്മാർ ഉറങ്ങും മുമ്പ് പ്രാർത്ഥിക്കാൻ പറഞ്ഞത്. ദൈവമെന്ന ചെകുത്താൻ ഉണ്ടോ ഇല്ലയോ എന്നതല്ല വിഷയം. മനസ്സിൽ പ്രീതിദായകമായ വിചാരവും വികാരവും ഉണ്ടായിരിക്കണം, തുടർന്നുവരുന്ന പുലരി ശുഭമാകാൻ. കലഹിച്ചോ, വിലപിച്ചോ, മനസ്സു കലങ്ങിയോ കിടന്നുറങ്ങിയാൽ, ആ കയ്പു രസത്തോടെയാകും രാവിലെ ഉണരുക.]

ദളിതവചനാമൃതം ചെവിയിലേക്കൊഴുകി വന്നു:

"കുഞ്ചനെന്നല്ല, ഒരു തുഞ്ചനും സ്ത്രീകളെ ശരിക്കും മനസ്സിലായിട്ടില്ലാ എന്നാണെന്റെ തോന്നൽ, തോന്നക്കൽ വാസുദേവാ! Men are from Mars and women from Venus എന്ന ക്ളീഷേയിൽ സത്യമില്ലാതില്ല. രണ്ടും രണ്ടു തരം തന്നെ. നിസ്സംശയം. രതിയുടെ കാര്യത്തിലും ഈ ഭേദം കണ്ടുകൺകുളിർക്കാം. ഇഷ്ടമുള്ള ഒരു പെണ്ണിനെ ചുംബിച്ചു

നോക്കൂ. അവളുടനെ കണ്ണടക്കുന്നതു കാണാം. രതിയിൽ സ്ത്രീ ഉൾവലിയുന്നവളാണ്. അന്തർമുഖി. തനിക്കുള്ളിലെന്തു സംഭവിക്കുന്നുവെന്നതാണ് അവളുടെ ആകാംക്ഷ. സംഭോഗവേളയിൽ കണ്ണടക്കുകയെന്നതാണ്, പൊതുവേ, സ്ത്രീസ്വഭാവം. പുരുഷൻ നേരെ മറിച്ചാണ്. Man is a voyeur. അവൻ കണ്ണു തുറന്നിരിക്കും. മറഞ്ഞിരിക്കുന്നതൊക്കെ, ഒളിഞ്ഞെങ്കിലും, വെളിക്കു കൊണ്ടുവരാനാണ് അവന്റെ താൽപ്പര്യം. സ്ത്രീ ഇരുട്ടാഗ്രഹിക്കുമ്പോൾ, പുരുഷനു വേണ്ടത് വെളിച്ചമാണ്. രഹസ്സിലെ രഹസ്യമാണ് രമണിക്കു രതി. രമണനങ്ങിനെയല്ല. അവൻ പെർഫോമറാണ്. അവൾ ആസ്വാദകയും. അവൻ കർത്താവായിരിക്കേ, അവൾ സ്വീകർത്താവായിരിക്കുന്നു.

ഞാൻ ഈ സ്ത്രീ, പുരുഷൻ എന്നീ സംജ്ഞകളുപയോഗിക്കുന്നത്, ഈയടുത്തകാലം വരെ അനാഗതശ്മശ്രുവായിരുന്നവനേ, ശാരീരിക ഭേദത്തെ കുറിക്കാനല്ല. മാനസികഭേദത്തെ സൂചിപ്പിക്കാനാണ്. ആണുപോലുള്ള പെണ്ണും പെണ്ണാണും ഉള്ളതാണല്ലോ. അക്കാര്യം വിസ്മരിക്കരുത്. വിസ്മരിച്ചാൽ സ്മരശരം കൊണ്ട് ഞാൻ നിന്നെ ഹരിക്കും."

വിവാഹദിവസം ബ്രഹ്മചാരിയായ പൊക്കൻജിയുടെ രതിവിജ്ഞാനീയം എന്റെ ഉറക്കം കെടുത്തി. അർദ്ധസ്വാപത്തിൽനിന്ന് ഞാൻ പതിയെ ജാഗ്രത്തിന്റെ ഉച്ചവെയിലിലേക്കുണർന്നു.

17

ചുറ്റിലും ആതപകാന്തി മങ്ങി വരികയായിരുന്നു. സാന്ധ്യാംബരം ഇളാതലത്തിൽ ചെമ്പട്ടു വിരിക്കാനുള്ള ഒരുക്കത്തിലാണ്. പറവകൾ കൂടുകളിലേക്കു പലതരമൊച്ചയോടെ തിരികേ വരുന്നതിന്റെ കോലാഹലം.

പൊക്കൻജിയുടെ കുപ്പമാടത്തിലെ അന്തപ്പുരത്തിൽനിന്നു അദ്ദേഹത്തിന്റെ ഔദ്യോഗിക വാമഭാഗവും പ്രാദേശിക രംഭയുമായ സുന്ദരി മാന്തറയിലേക്കു നടന്നുകൊണ്ട് പ്രവേശിച്ചു. കയ്യിൽ പ്രോപ്പായി കറുത്തയൊരിരട്ടപ്പലക.

ചാരുമുഖി സസ്മേരം ചാരുഭാഷിണിയായി. ഒരു ഭീഷണിപോലെ മൊഴിഞ്ഞു:

"കുഞ്ഞുണ്ണി മൂത്താര് സ്കൈപ്പിൽവന്ന് എന്റെ ദ്രാവിഡനായ ആര്യപുത്രനെ കണ്ടുമിണ്ടണമെന്നു മർക്കടനായി മുഷ്ടി ചുരുട്ടുന്നു. അശ്ലീലമായാണ് ആ മുഷ്ടി എനിക്ക് തോന്നിയത്. ഒരു മുഷ്ടിമൈഥുനത്തിന്റെ ഭാഷപോലുള്ള ചേഷ്ട. ചെറ്റ. എന്റെ ചേട്ടാ!"

ഇരട്ടപ്പലക ജിക്കുമുമ്പിൽ പൊളിച്ചുവച്ച് രാത്രിയുടെ ഒരു ചിന്തുപോലെ അണിയറയിലേക്കു സുന്ദരി ഗജരാജവിരാജിത മന്ദഗതിയിൽ നിതംബത്താൽ അന്തീരക്ഷത്തെ ഉലച്ചുകൊണ്ട് നീങ്ങുമ്പോൾ മാർഷൽ മക്ലൂഹാനെ ഉദ്ധരിച്ചു: "ദ മീഡിയം സ് ദ മെസ്സിജ്." ഏതു മാദ്ധ്യമമാണോ നിങ്ങൾ ഉപയോഗിക്കുന്നത് അതു നിങ്ങളുടെ സന്ദേശത്തെ സ്വാധീനിക്കും. നേരിട്ട് പറയേണ്ടത് ഫോണിൽ പറഞ്ഞാൽ ചിലപ്പോ

പുലിവാലാകും. അതു Whatsappലോ, Messengerലോ ആയാൽ കുനിന്മേൽ കുരുവാകും.

പൊക്കൻജി ലാപ്ടോപ്പിൽ തെളിഞ്ഞ സ്കൈപ്പ് തിരയിലേക്കു നോക്കി. [ചാത്തൻസിന്റെ ചാപ്പ കണ്ട് അദ്ദേഹം ഒരു ദരിദ്രവാസിയാണെന്നു ആരും തെറ്റായി വ്യഖാനിക്കേണ്ട. അതൊരടവാണ്. ജസ്റ്റ് എ കാമുഫ്ളാഷ്. ആൽബേർ കമ്യൂ (ചാത്തമംഗലത്തെ കിട്ടുകിട്ടേട്ടന്റെ ഭാഷയിൽ) പോലും കണ്ടുപിടിക്കില്ല. ഔട്ട്സൈഡർക്കു പോയിട്ട് ഇൻസൈഡർക്കു പോലും പിടികിട്ടില്ല. കറുത്തപണം ധാരാളമായുള്ളതുകൊണ്ട് സർവ്വസുഖസൗകര്യസംവിധാനങ്ങളും കുപ്പമാടത്തിനകത്തുസജ്ജമാക്കിയ രാത്രീഞ്ചരനാണ് അദ്യം. കുപ്പയിലെ മാണിക്യമാണ് എന്റെ പൊക്കേട്ടൻ. മഹാഭാരതകാലത്തേയുള്ള ഇന്റർനെറ്റ് പൊക്കൻജി, കഴിഞ്ഞ ജന്മം, അതിനും മുന്നേ കണ്ടുപിടിച്ചതാണ്. അതു ഇന്നത്തെ ത്രിപുരാമുഖ്യൻ വീണ്ടും കണ്ടുപിടിക്കുമെന്ന് അന്നേ മൂപ്പർ വിളംബരിച്ചതാണ്. പ്രവചനം. ആ പ്രവചനം തെറ്റിയില്ല. സാറ്റലൈറ്റ്, പ്ലാസ്റ്റിക്ക് സർജറി, റ്റെലിവിഷം എല്ലാം വേദിക്കാണെന്ന് ഈ മൂപ്പരാണ് അദ്ദേഹത്തിനു പറഞ്ഞു കൊടുത്തത്.]

സ്കൈ സ്കേപ്പ് ആയ സ്കൈപ്പിലേക്കു പൊക്കൻജി ബംഗാളീ സ്വരാഘാതത്തിൽ ഉവാച:

“നൊമാഷ്കാർ”

തിരിച്ച് ഉണ്ണികുഞ്ഞിന്റെ അണ്ണാൻ ചപ്പിയ മാങ്ങയണ്ടിപോലുള്ള മുഖം മൊഴിഞ്ഞു:

“പൊക്കോ, പൊക്കോ, പൊക്കാണീ

പൊക്കിനകത്തൊരു പോക്കാച്ചി.”

ഉണ്ണിക്കുഞ്ഞു പലപ്പോഴും പൊക്കൻജിയുമായി വൈദ്യുതകാന്തികതരംഗങ്ങളിലൂടെ സമ്പർക്കം പുലർത്തും. വെറ്റിലക്കു മുത്താറി സുഗന്ധം ഉണ്ടാക്കുന്നതെങ്ങനെ? ബെർണാഡ് ഷാ പറയും പോലെ ഷെയ്ക്സ്പിയർ ഐറിഷുകാരനോ? ഗണിതതിലക്ക് രാമനുജിന്റെ ഭാര്യയെ അമ്മായിയമ്മ അടിച്ച പുറത്താക്കിയതാണോ? അവർ തുണിതുന്നിയാണോ കാലക്ഷേപം ചെയ്തത്? പൈയുടെ സ്ക്വയർ റൂട്ട് എത്ര? ബർമൂഡാ ത്രികോണത്തിന്റെ ചരിത്രമെന്ത്? തെയ്യമോ, കഥകളിയൊ, ഏതാണ് ആദ്യമുണ്ടായത്? ദ്വിതീയാക്ഷരപ്രാസം കവിതയിൽ വേണമെന്ന് നിർബന്ധമുണ്ടോ? അലിറ്ററേഷൻ അല്ലേ ഭംഗി? ആദ്യമുണ്ടായത് അച്ഛനോ, മകനോ? പിന്നെഎന്തിനാണ് യേശു ‘ഞാൻ അബ്രഹാമിനും മുമ്പേ ഉണ്ടായിരുന്നു’ എന്ന് പറഞ്ഞു

ആശയകുഴപ്പമുണ്ടാക്കിയത്? ഇങ്ങിനെ നൂറു നൂറു ചോദ്യങ്ങൾക്കുള്ള ഉത്തരം തേടിയാവും ഗുരുസാഗരവിശാരദൻ, ജ്ഞാനപീഠം കിട്ടാത്ത ഈഴവൻ ചോദിക്കുക. സർവ്വവിജ്ഞാനകോശവും കൊശവനുമായ ചാത്തൻജിക്കു സൂര്യനു മുകളിലും താഴെയുമുള്ള എല്ലാ കാര്യങ്ങളുമറി [illegible] ദേഹം. നാട്ടിലെ ഒരാളുമായി [illegible]പ്പെ ട്ടുത്തിയാൽ എനിക്കു പിറക്കാതെ പോയ സഹോദരനായ അജിതൻ. അവനെന്നെ എന്നും 'ചന്ദ്രേര മടിയാ'' എന്നേ വിളിച്ചിരുന്നുള്ളൂ. എനിക്കൊരു പേരുണ്ടെന്ന കാര്യം പോലും എഡിസണെപ്പോലെ മറന്നു പോയി. [റേഷൻ ഷാപ്പിൽ ഒന്നാം ലോക മഹായുദ്ധകാലത്തു അരിയോ, ഗോതമ്പോ വാങ്ങാൻ പോയ തോമസ് ആൽവാ സ്വന്തം പേര് മറന്ന കഥയുണ്ട്.] ഞാൻ മടിയനല്ലെന്നു അറിയുന്ന ഒരേഒരാളെ ലോകത്തുള്ളൂ. അതെന്റെ സഹധർമ്മിണി. ധർമ്മമറിയാത്ത എന്റെ ദാരം.

സ്കൈപ്പിൽ ഇരുവരും ചാറ്റു ചെയ്തു ചാറ്റർജിമാരായി പരിണമിക്കു കയാണ്. [എം. പി. നാറാപിള്ള കണ്ടാൽ കിഡ്നാപ് ചെയ്യും.] ഞാൻ അതു കേൾക്കുന്നത് മര്യാദയല്ലാ എന്ന പ്രോട്ടോക്കോൾ അനുസരിച്ചു വേറെയെന്തൊക്കെയോ ആലോചിച്ചു.

ഉച്ചക്ക് കള്ളുകുടിച്ചാൽ വൈകുന്നേരം കുടിക്കാതിരിക്കാൻ പറ്റില്ല. കുടിച്ചാലോ നാറ്റം ഇരുപത്തിനാലു മണിക്കൂറെങ്കിലും ബാക്കിയാകും.

ഈയുള്ളവന്റെ ആദ്യപ്രേമം എട്ടു നിലയിൽ പൊട്ടിയത് കള്ളു കുടിച്ചിട്ടാണ്. കള്ളിന്റെ നാറ്റത്തിനൊപ്പം നവപ്രേമികയോട് വിശ്വപ്ര ശസ്തമായ പൊക്കൻജിയുടെ പാട്ടു പാടി:

"ചന്തിയെന്തിനു നന്നായ് പിളർന്നിതു

ചന്തത്തിൽ വളിയിട്ടു നടക്കുവാൻ!"

അതു കേട്ടതും അവളുടെ പ്രേമം വെള്ളത്തിലിട്ട വളിപോലെയായി. ആരും കേട്ടുമില്ല. കണ്ടുമില്ല. ഇന്നാ ഭാഗ്യവതി നല്ലൊരു കള്ളുകുടിയന്റെ ശോകമൂകയായ ഭാര്യയായ് വാഴുന്നു. ശിവനേ!

ഓർമ്മയിലേക്ക് പൊക്കൻജിയുടെ വിശ്വപ്രശസ്തമായ മറ്റൊരീരടി

[കുന്നുമ്മന്ന്വുണ്ടോരു ചൂട്ട് കാണ്ന്ന്

കുഞ്ഞമ്പൂന്റച്ഛനോ, മറ്റാര്വാന്നോ?]

തിരയിളക്കി വരുന്ന നേരം മാന്തറ ലക്ഷ്യമാക്കി ഒരു സുന്ദരി വരുന്നതു കണ്ടു.

മുഖം കണ്ടു മറന്നപോലെങ്കിലും
വന്നില്ലാ നാവിൽ നാമമവളുടെ.
ജീൻസും ടോപ്പുമിട്ടിട്ടും
ചാരുരൂപിയായിരിപ്പവൾ
താംബൂലച്ചോപ്പ ചുണ്ടിൽ
ലിപ്സ്റ്റിക്കായണിഞ്ഞവൾ
മാമ്പൂമണം തോൽക്കും
മാദക സെന്റിന്റെ പൂമണം
തൊലിപൊളിച്ച ചെമ്മീനിൻ
നിറമുള്ള മുഖാംബുജം
ആരീ നൂതനരംഭയെ-
ന്നാലോചിക്കെ ചിരിച്ചവൾ
കാച്ചിയുച്ചത്തിലൊയൊരു ചോദ്യം
"ഡോണ്ട് യു റെകഗനൈസ് മീ?"
ഭാഷ ഇംഗ്ളീഷാണെങ്കിലും
സ്വരവും രൂപം പോലെ സുന്ദരം.
"എട്ടിൽ, പത്തി, ലൊമ്പതിൽ
നിന്റെ കൂടെ പഠിച്ചവൾ!"
"ഓ, പത്തിൽതോറ്റ കാലത്ത്
അമേരിക്ക പിടിച്ചവൾ."
"അല്ലല്ല, ആദ്യമച്ഛനൊപ്പം
ഈജിപ്ത്തിലാണ് പോയത്.
അച്ഛൻ മേലോട്ടു പോയപ്പോ
ഇൻഡിപെൻഡായമേരിക്കയിൽ.
ഇപ്പോളിവിടെ വെക്കേഷൻ
വൈക്കത്തോരു വഴിപാടും."
ഇപ്പോളാളെ പിടികിട്ടീ
ആദ്യമായെന്റെ ഗ്രാമത്തിൽ
സൈക്കിളോട്ടിയ സുന്ദരി.
ആൺകുട്ടികളെല്ലാരും
ആമസോണെന്നു വിളിച്ചവൾ!

ഈ നേരമായപ്പോഴേക്കും പൊക്കൻജി സ്കൈപ്പ് പൂട്ടി താക്കോൽ അരയിൽ തിരുകിക്കഴിഞ്ഞിരുന്നു. ആമസോണിനെ നോക്കി അദ്ദേഹം ഒന്നു പല്ലിളിച്ചു. തേങ്ങാപ്പൂൾ കരിമ്പുക മൂടിയ കലത്തിൽനിന്ന് പുറത്തെടുത്തതു പോലെ.

"ആസനസ്ഥയായാലും ഭവതി. ഇന്നു വൈകുന്നേരംവരുമെന്ന കമ്പിയില്ലാക്കമ്പി കിട്ട്യാർന്നു. സുഖമല്ലേ?"

കാര്യം മനസ്സിലാകാതെ ഞാൻ പന്തം കണ്ട പെരുച്ചാഴിയായി. ആ തക്കത്തിൽ നളിനിയാം പഴയ ആമസോൺ പെൺകുഞ്ഞ് തറയെ നോവിക്കാതെ നിശ്ചലയായിരുന്നു. [illegible] ശബരിമലയിലെ ജ്യോതിസ്സുകൊണ്ട് അറിവിന്റെ പ്രകാശത്തിലേക്കാനയിക്കാനെന്നവണ്ണം പൊക്കൻജി വിശദീകരിച്ചു:

" ഞാൻ നളിനിയുടെ റിലേഷൻഷിപ് കൺസൾട്ടന്റാണ്."

അറിയുന്തോറുമെന്റെയറിവില്ലായ്മയെ വർദ്ധിപ്പിക്കുന്നയിപ്പ്രപഞ്ചത്തെപ്പോലെയെന്നെ വിസ്മയക്കയത്തിലേക്കു തള്ളിവിട്ടു ഈ പ്രസ്താവം. എനിക്കേറെപരിചിതനായ അപരിചിതനാണല്ലോ പൊക്കൻജിയെന്നയത്ഭുതമെന്ന് വീണ്ടും വീണ്ടും ഹർഷബാഷ്പത്തോടെ രോമഹർഷം പൂണ്ടോർത്തു. ഒരു തുള്ളിയെയറിഞ്ഞാൽ ഒരു കടലിനെയറിയാമെന്നു പറഞ്ഞവരുണ്ടേ. എങ്കിലും, ഒരു തുള്ളിയെപ്പോലും തീർത്തുമറിയാൻ ഒരു ജന്മം മതിയാകില്ലല്ലോ പരമശിവനേ! അറിയുന്തോറും കൂടുതൽക്കൂടുതൽ അപരിചിതരാകുന്നുവല്ലോ മനുഷ്യരെനിക്ക്! അവനവനെയറിയാത്തവരെങ്ങിനെയപരജന്മങ്ങളെയറിയാൻ! എനിക്കു ആത്മഹത്യചെയ്താൽ കൊള്ളാമെന്നായി. ആത്മാവില്ലാത്തതുകൊണ്ടു രക്ഷയായി!

"പാശ്ചാത്യരാജ്യങ്ങളിലാണു കുട്ടാ, ബ്രോ, ബന്ധങ്ങളുണ്ടാക്കുന്ന പ്രശ്നങ്ങൾ. ഇവിടെ, ഭാരതീയസംസ്കാരത്തിൽ, ബന്ധങ്ങൾ കീറാമുട്ടിയല്ല. കാരണം, Here, my mate, the husband takes the wife for granted and the wife the husband. ഇവൾ പ്രതീചിയിൽ വളർന്നവളാകയാലാണ് പ്രശ്നമുണ്ടായത്. SUNNY എന്നൊരു സായിപ്പാണ് ഇവളുടെ ദിവാകരൻ. [സായിപ്പിനെ കണ്ടാൽ ഇവൾ കവാത്തും പിന്നെ വേണ്ടാത്തതും മറക്കും.] ഗവാസ്കറെപ്പോലൊരു പഹയൻ. പബ്ലിക്കായി ശോഭിക്കുമെങ്കിലും പ്രൈവറ്റിലൊരു പ്രശ്നക്കാരൻ. ഒരവധിക്കാലത്ത് കണിയാരെക്കൊണ്ടുതിച്ച നേരെയാക്കാനിവൾ വന്നപ്പോഴാണ് എന്നെ കൺസൾട്ടു ചെയ്യാൻ കണിയാർ പറഞ്ഞത്."

ഭാവിയിൽ പ്രേതമായലയുന്ന കണിയാർ പറ്റിച്ച പണി!

18

പോക്കുവെയിൽ തട്ടി നളിനി ഒരു ചെന്താമരയായി. കവിളുകളിൽ സിന്ദൂരപൂരം. ചുണ്ടിലെ ഇളംചുവപ്പിനു ശോഭ കൂടി. കാതുകളിലെ താരകക്കമ്മലുകൾ ഒളി ചിതറി. സ്വമനസ്സിലെ കാമന കൊണ്ടാണ് ഇവൾ ഒരു ദുർഗ്ഗപോലെ സുന്ദരിയായതെന്ന വിസ്മയവും ഉടനുദിച്ചു. ഒരു കവിതയായാലോ എന്നു സന്ദേഹിച്ചു:

“പശു ചാണകമിട്ടപോൽ
മൂർദ്ധാവിൽ മുടി കെട്ടിവെച്ചവൾ
മാമ്പൂമണത്തെ വെല്ലുന്ന
ഷാമ്പൂ പരിമളമുള്ളവൾ
ടോപ്പും ജീൻസുമിട്ടിട്ടും
ഇരിപ്പിലരന്നന ചാരുത...”

[വേണ്ടാ, അയക്കുന്നത്ര വേഗത്തിൽ കഥയും കവിതയും തിരിച്ചു വരുന്ന കാലമാണ്. ഇനിയിതുകൂടി തിരിച്ചുവന്നാൽ പത്രാധിപതികളെന്ന ഓമനപ്പേരുള്ള ഏകാധിപതികളെ വെടിവെച്ചു കൊന്നു ഒരു ഭീകരവാദിയെന്നു പ്രശസ്തനായിപ്പോകും. പ്രശസ്തി താങ്ങാനുള്ള ശേഷി അശേഷമില്ല. (ഭീകരവാദത്തെക്കുറിച്ചോർത്തപ്പോഴാ, പണ്ടൊരു ഇന്റർവ്യൂവിൽ പങ്കെടുത്തു പങ്കായ കാര്യം ഓർമ്മിച്ചത്:

ചോദ്യം: കേരളത്തിൽ പാരലൽ കോളേജുകൾ ഇല്ലായിരുന്നെങ്കിൽ എന്തു സംഭവിക്കുമായിരുന്നു?

(എന്തു സംഭവിച്ചാലും എനിക്കൊരു കുന്തവുമില്ലെന്നു പറയാനാണ് ആദ്യം തോന്നിയത്.)

ഉത്തരം: കേരളം ഖലിസ്ഥാൻ ആകുമായിരുന്നു. ബിരുദവും ബിരുദാനന്തര ബിരുദവും തലയിൽ തേങ്ങ പോലെ വീണ പണിയില്ലാ പണ്ടാരങ്ങൾ പണിയെടുക്കാത്ത സർക്കാരിനു പണി കൊടുക്കുമായിരുന്നു.]

ഇതിനിടയിൽ ഖണ്ഡന മണ്ഡന വിമർശകനായ ഒരു ചങ്ങാതി ഈയുള്ളവനെ നിന്ദിച്ചു പറഞ്ഞതും - ഓർമ്മയിൽ വന്നതു കൊണ്ട് - ഓർത്തുപോയി:

"പാരന്തസീസില്ലാതെ എഴുതാൻ കഴിയാത്ത പിരാന്തൊല്ലോയാണ് നീ. ഒരു ബ്രാക്കറ്റിനുള്ളിൽ വേറെ നാലു ബ്രാക്കറ്റ്. ബക്കിറ്റിനുള്ളിൽ ബക്കിറ്റെന്ന മട്ടിൽ. ബെക്കറ്റു പോലും സഹിക്കില്ല. പിരാന്തല്ലോയെത്തേടി ആറു പേരാണ് പുറപ്പെട്ടതെങ്കിൽ, നിന്നെ എല്ലാവരും കൂടി വലിച്ചുകീറും. പിച്ചതെണ്ടാൻപോലുമാകാത്ത പരുവത്തിൽ പിച്ചനാക്കി വിടും. സങ്കേതവും പ്രത്യയശാസ്ത്രപ്രതിബദ്ധതയുമില്ലാത്ത ബ്രാക്കറ്റു ബ്രോ."

"സങ്കേതങ്ങളിൽനിന്നും [കൊള്ളക്കാർക്കുള്ളതല്ലേ സങ്കേതം?] പ്രത്യയശാസ്ത്രങ്ങളിൽനിന്നും [ശാസ്ത്രബോധമില്ലാത്തവർക്കല്ലേ പ്രത്യയശാസ്ത്രമെന്ന അന്ധവിശ്വാസം?] വിടുതൽ കിട്ടിയ ഈ കോത വായിൽ വരുന്നതു വാക്കാക്കുന്നെന്നേയുള്ളൂ. വായിക്കുന്നവന്റെ മനോനിലവാരമനുസരിച്ചിരിക്കും അവൻ/ൾ അതിൽ നിന്നു നിർദ്ധാരണം ചെയ്തെടുക്കുന്ന വഹകൾ. നീത്ഷെ പറഞ്ഞതോർക്കുന്നില്ലേ, 'എന്റെ പുസ്തകം ഒരു കണ്ണാടിയാണ്. അതിലേക്കു കഴുത നോക്കിയാൽ കലമാനെ കാണില്ല. കഴുതയെ മാത്രമേ കാണൂ.' കൃഷ്ണന്റെ ഗീത ഗാന്ധി [ഒറിജിനൽ] വായിച്ചപ്പോൾ കണ്ടത് അഹിംസ. കുരുപാണ്ഡവകലഹം പ്രതീകാത്മകമാണ്, യഥാർത്ഥമല്ലെന്നു പറഞ്ഞ് ആദി ഗാന്ധി സ്വന്തം അഹിംസാ അന്ധവിശ്വാസത്തെ രക്ഷിച്ചു. ആദിശങ്കരൻ ഗീത വായിച്ചപ്പോൾ അദ്വൈതമാണ് കണ്ടത്. തിലകൻ [ലോകമാന്യ] കണ്ടത് കർമ്മസിദ്ധാന്തം. മാധ്വാചാര്യൻ കണ്ടത് വേറൊന്ന് . ജ്ഞാനേശ്വരി ഇനിയൊന്ന്. കൃഷ്ണൻ ചൊല്ലിയ ഗീതയെന്താ ഇങ്ങിനെ! ഒന്നുകിൽ പഹയന് വട്ടായിരിക്കണം. അല്ലെങ്കിൽ ഗീത നേരിട്ടു കേട്ട അർജ്ജുനനെപ്പോലെ ആർക്കും ഒന്നും പിടികിട്ടിയിട്ടില്ലായിരിക്കണം. ഓരോരുത്തരും അവരവരുടെ മനസ്സാണ് ഏതു പുസ്തകത്തിലും വായിക്കുന്നത്."]

എന്റെ വിചാരങ്ങൾ വിഷനാഗങ്ങളെപ്പോലെ കാടുകയറാനും, പൊക്കൻജി ഒരൽപ്പം മിസ്റ്റിക്ക് മൗനത്തിലേക്കു വലിയാനും തുടങ്ങുന്നതിനിടയിൽ നളിനി ഒട്ടൊന്നു പരിഭവിച്ചു:

"എന്നെക്കണ്ടപ്പോൾ നീയൊന്നു സ്മൈൽ പോലും ചെയ്തില്ല... as though you had no joy in seeing me."

“പുഞ്ചിരി സന്തുഷ്ടിയുടെ അഭിവ്യക്തിയാണെന്ന് നിന്നോടാരു പറഞ്ഞു നളിനമേ? ചിരി പലർക്കും ദുഃഖം മറച്ചുപിടിക്കാനുള്ള ഉപാധിയല്ലേ? ‘എന്റെ കണ്ണുനീർ മറ്റു മങ്കികൾ കാണാതിരിക്കാനാണ് ഞാൻ ചിരിക്കുന്നതെ’ന്ന് നീത്ഷേ പറഞ്ഞതു മറന്നോ? ‘പുഞ്ചിരി, ഹാ, കുലീനമാം കള്ളം, നെഞ്ചു കീറി ഞാൻ നേരിനെ കാട്ടാം’ എന്നു കുടിയൊഴിപ്പിക്കുമ്പോഴോ മറ്റോ ഏതോ ഒരു മേനോൻ പാടിയതും ഓർമ്മയില്ലേ? നേരറിയുന്നവർക്കു ചിരി വരിക ബഹു പ്രയാസം. നേരിന്റെ നേരുകൂടി അറിഞ്ഞാലേ ചിരി വരൂ. അപ്പോഴത് പുഞ്ചിരിയായിരിക്കില്ല. പൊട്ടിച്ചിരിയാകും പൊട്ടിപ്പൊട്ടി പുറത്തു വരിക.”

“അപ്പൊ, പാറക്കല്ലുരുട്ടിക്കളിച്ചു പൊട്ടിച്ചിരിച്ച നാറാണത്തു ഭ്രാന്തനു ഉള്ളാകെ വ്യസനമായിരുന്നോ?”

“നാറാണത്തു ഭ്രാന്തനായിരുന്നില്ല. ഒരാളുടെ ചെയ്തി നമ്മുടെ തുച്ഛമായ യുക്തികൊണ്ടളക്കാൻ കഴിയാതാകുമ്പോ, അതിനെ ഭ്രാന്തെന്ന ലേബലിട്ടു നമ്മൾ മാറ്റിവെക്കും. ലേബൽ പതിപ്പിച്ചാൽ പിന്നെ അതേക്കുറിച്ചു വിചാരപ്പെടേണ്ടല്ലോ. വിചാരം ചാരമാക്കിക്കളയും നമ്മെ. നാറാണത്ത് അസ്തിത്വത്തിന്റെ അയുക്തികത കണ്ട് ആദ്യം ദുഃഖിക്കുകയും, പിന്നെ, ഈ ദുഃഖവും അയുക്തികമല്ലോ എന്നോർത്തു ചിരിക്കുകയുമാണ് ചെയ്തത്. യൂറോപ്പിലെ ഷെനെക്കും, ബെക്കറ്റിനും, പ്രൂസ്റ്റിനും, കമ്യൂവിനുമൊക്കെ എത്രയോ മുമ്പുണ്ടായ അബ്സേർഡ് ആർട്ടിസ്റ്റാണ് നാറാണത്ത്. നമ്മുടെ കൺമുമ്പിൽ നാം കാണുന്ന അസ്തിത്വം അനസ്തിത്വമാണെന്നും, അനസ്തിത്വമാണ് സത്യമെന്നും കണ്ടറിഞ്ഞു പൊട്ടിച്ചിരിച്ച സെൻബുദ്ധൻ.”

“മനുഷ്യാവസ്ഥയുടെ അസംബന്ധ സ്വഭാവം, ആത്യന്തികമായി അറിയാൻ പറ്റാത്ത പ്രപഞ്ചത്തിൽ അറിവു തേടാനുള്ള അവന്റെ ത്വരയുടെ അസംബന്ധ സ്വഭാവം എനിക്കും മനസ്സിലാകും. ജീവിതം ഒരു ട്രാജികോമഡിയാണെന്ന സത്യം. ഒരേനേരം കരയിപ്പിക്കുകയും ചിരിപ്പിക്കുകയും ചെയ്യുന്ന ജീവിതമെന്ന ശ്യാമനർമ്മം.”

ആകാശത്തിൽ ഇരുൾ പരക്കാൻ തുടങ്ങിയിരുന്നു. നളിനിയുടെ പ്രസാദരഹിതമായ വാക്കുകൾ ഇരുട്ടിനെ കനപ്പിച്ചുവെന്നു തോന്നി. അപ്പോഴേക്കും പൊക്കൻജി സ്വല്പസമാധിയിൽനിന്നുണർന്നു. ഞങ്ങളെ നോക്കി ചിരിച്ചു. ഇരുളിൽ ഒരു കൊള്ളിയാൻ മിന്നിയതു പോലെ.

“സമാധിയിലിരിക്കേ ഒരുത്തരോത്തരാധുനിക കവിതയുണ്ടായി.”

“പോക്കൻജി പോയറ്റ് കൂടിയാണോ?”

അതിനുത്തരം ഞാൻ പറഞ്ഞു:

“മിസ്റ്റിക്, പോയറ്റ് ആൻഡ് മാസ്റ്റർ. സംസ്കൃതത്തിൽ ഋഷി എന്നു പറയും.”

“വാട്ട്, എ വാൾട്ട് വിറ്റ്മാൻ!”

“ബ്രെവിറ്റി ഈസ് ദ സോൾ ഓഫ് വിറ്റ് എന്നല്ലേ? എനിക്കു ബ്രിവിറ്റി കുറയും. വിസ്താരമാണ് ശീലം.”

“എങ്കിലും കേൾക്കട്ടെ.”

നളിനി കുതൂഹലയായി. കുയിലായി.

“ആത്മഗീതമാണ്”

വിനയലിപ്തമായ സ്വരത്തിൽ ദളിതശ്രീയുടെ വിശദീകരണം.

“ഓ, സോങ് ഓഫ് സെൽഫ്. ദെൻ ഇറ്റ്സ് വെരിലീ വിറ്റ്മൻ.”

ആവേശത്തിൽ സുന്ദരി.

“ഇംഗ്ലണ്ടിനു ഷേക്സ്പിയർ. അമേരിക്കക്കു ഷേക്സ്പിയർ വിറ്റ്മൻ . കണ്ണൂരിന്റെ വിറ്റ്മൻ പൊക്കൻജി!”

“ഈ ഭാഗത്തെ കണ്ണൂരൊക്കെ ഉടൻ കാസറഗോഡാകും. ഊരല്ലാതാകും. കാസർ മാത്രം ഗോഡ് ആകണ്ടാ എന്നസൂയമൂത്ത് തെക്കുള്ള കൺട്രീസ് കേരളം മൊത്തം ഗോഡ്സ് ഓൺ കൺട്രിയാണെന്നു പ്രതിഷേധിക്കും. വിനോദസഞ്ചാരവകുപ്പ് അതൊരു മുഖമുദ്രാവാക്യമാക്കും. ബാക് ഇൻറ്റു ഫ്യൂച്ചറിലേക്കു പോയാൽ അന്നത്തെ ഒരു പ്രധാൻമന്ത്രി നുണ നേരാക്കാൻ സ്ലോഗൻ ഉണ്ടാക്കുമെന്നത് പോലെ. കേൾക്കാം അന്ന്, ‘ന ഖാവൂംഗാ, ന ഖാനേ ദൂംഗാ’ എന്നൊക്കെ. എന്നിട്ടോ, ഡീസലിനും പെട്രോളിനും നികുതി കൂട്ടി സ്വയം ഖാവൂം.”

“കണ്ണൂര് കാസറഗോഡായാൽ പോസ്റ്റൽ കോഡൊക്കെ മാറില്ലേ?”

സുന്ദരിക്ക് സംശയം തീരുന്നില്ല. ജന്മനാ സ്കെപ്റ്റിക്കാണല്ലോ.

“പിൻകോഡുകൾ മാത്രമല്ല ആധാരം മൊത്തം മാറും. ഇരുപത്തിയൊന്നാം നൂറ്റാണ്ടിലെ രണ്ടാം ദശകമാകുമ്പോൾ ‘ആധാർ’ എന്നൊരു ഭീകരൻ കൂടി അവതരിക്കും. ഫോണും, ഊണും, ബാങ്കും, തുരുമ്പുമെല്ലാം ആധാർ മയമാകും. സർവ്വവ്യാപിയായ അവനിൽ വിശ്വസിക്കാത്ത നിരാധാരപ്പയലുകൾ കുടിവെള്ളം കിട്ടാതെ ചാകും.അവിശ്വാസികൾക്കു സിദ്ധം നരകമെന്നല്ലേ വിശ്വാസം. അതല്ലേയെല്ലാം!”

“കവിത പോരട്ടെ ഇങ്ങട്.”

അക്ഷമയിൽ പി. എച്. ഡിയുള്ള നളിനിപ്പശു കയറു പൊട്ടിച്ചു.

പൊക്കൻജി മടിമീതേ വെക്കാവുന്ന കമ്പ്യൂട്ടറിന്റെ അടപ്പ തുറന്നു. അപ്പോൾ അകത്തുനിന്നും ദളിതശ്രീമതി സന്ധ്യാനാമം ചൊല്ലുന്നത് ശ്രാവ്യമായി. ആ കാവ്യലഹരിയിൽ മൂവരും അലിഞ്ഞു. ഒരു നിമിഷം കണ്ണുകളടച്ചു. പ്രാർത്ഥനയിലേക്ക് ഉന്മുഖരായി.

പ്രാർത്ഥനാനന്തരം പൊക്കൻജി കമ്പ്യൂട്ടർ തുറന്നു.

"കംപ്യൂട്ടറിന്റെ ആവശ്യമെന്താണ്? അനാവശ്യമല്ലേ അത്?"

എന്റെ ന്യായമായ സംശയത്തെ ദൂരീകരിക്കാൻ പൊക്കൻജി പറഞ്ഞു:

"ധ്യാനമുഹൂർത്തത്തിൽ അവതീർണമായ കവിത, നീ വിദൂരഭാവി യിൽ ജലാവലംബിയായ സൂക്ഷ്മശരീരിയായി കിടക്കുന്ന കുളത്തിനപ്പു റത്തുള്ള, കണിയാർ ഇ. എസ് . പി വഴി വായിച്ചെടുത്ത് ഇതിലേക്ക് പ്രക്ഷേപണം ചെയ്തിട്ടുണ്ട്. ഇതിലെ ചിപ്പുകളിലെ ട്രാൻസിസ്റ്റർ സഹോ ദരികൾ അവയെ വരമൊഴിയായി പരിവർത്തിതമാക്കിയതുകൊണ്ട് വായിക്കാൻ എളുപ്പമാണ്."

ശാസ്ത്രത്തിന്റെ അപരിമേയമായ വളർച്ചയാലോചിച്ച് എനിക്ക് അലറാൻ തോന്നി. അലർച്ച പുറത്തുവരും മുമ്പ് നളിനി ചോദിച്ചു:

"പൊക്കൻജി ഗ്രന്ഥമായി ഒന്നും ഇതേവരെ...?"

അതിനുത്തരം ഞാനാണ് പറഞ്ഞത്:

"ശ്രാവ്യഗ്രന്ഥങ്ങളാണ് മൂപ്പർ പുറത്തിറക്കിയിട്ടുള്ളത്. ആഡിയോ ബുക്സ് . അടുത്ത

പതിറ്റാണ്ടിൽ ആമസോണിൽനിന്ന് നിനക്കു വാങ്ങിക്കാനാകും. അന്ന് മലയാള മനോരമയെന്ന ഏറ്റവും പ്രചാരമുള്ള ആഴ്ചപ്പതിപ്പും ഓഡിയോ നോവലുകൾ തുടങ്ങും. സ്റ്റോക്കറുടെ ഡ്രാക്കുളയായിരിക്കും ആദ്യത്തെ സമ്പൂർണ്ണ ശ്രാവ്യ നോവൽ. അന്നു നമ്മുടെ വേതാളം പരാ തിപ്പെടും, 'ഈ വാരികക്കെന്താ എന്റെ കഥ ശബ്ദരേഖയാക്കിയാൽ?'. വാരികക്കൊപ്പം പച്ചക്കറിവിത്തുകളും സൗജന്യമായി നൽകുന്നതായി രിക്കും. വ്യാപാരത്തിനൊപ്പം ജൈവഹരിതവിപ്ലവമെന്ന മുദ്രാവാക്യ ത്തോടെ അന്നത്തെ കമ്മ്യൂണിസ്റ്റു കൃഷിമന്ത്രി അതുൽഘാടിക്കും. "

ഞാൻ നിർത്തി. പൊക്കൻജിയുടെ കമ്പ്യൂട്ടർ തിരയിൽ വെളിച്ചമു ണർന്നു. പെരിയചാത്തൻസ് കവിത തിരയുമ്പോൾ ശിഷ്യൻ കൊച്ചു ചാത്തൻ ശാസ്ത്രത്തിന്റെ ജ്യാമിതീയ പുരോഗമന കലയെപ്പറ്റിയോർത്ത് അന്തം വിടുകയായിരുന്നു. ന്യൂട്ടണിന്റെ മൂർദ്ധാവിൽ ആപ്പിൾ വീണ അന്നുതൊട്ട് തുടങ്ങിയ ഗമനമാണ്. അനന്തമജ്ഞാതമവർണ്ണനീയം

ഈ ശാസ്ത്രലോകം ഗമിക്കുന്ന മാർഗ്ഗം! ഭൂമിക്കു ഉരുത്വമുണ്ടെന്നു കണ്ടുപിടിച്ചതോടെ [ഭൂമി കണ്ടുപിടിച്ചവനെയും സമ്മതിച്ചു സമ്മാനിക്കണം.] ആവിവണ്ടി മുതൽ ആകാശകപ്പൽ വരെ ആവിഷ്കൃതമായി. വൈദ്യുതകാന്തികബലം കൂടിയായപ്പോൾ വീടുവീടാന്തരം വൈദ്യുതിയും

[ഇന്ത്യയിലെ [illegible] വിളംബരം ചെയ്യും. നെഹ്രുവിന്റെ കാലത്ത് സീറോ ആയിരുന്നെന്നും.], ടെലഫോണും, റേഡിയോയും ടെലിവിഷവും പോലുള്ള അനുബന്ധ ഷോക്കുകളുമായി. രാത്രിയില്ലാതായി. രാവും പകലായി. 'രാത്രികൾ പകലുകളാക്കി, പകലുകൾ ഗാത്രികളാക്കി' എന്ന് ജഗതി ശ്രീകുമാർ പാടിയ മട്ടായി. പിന്നാലെ വന്നതായിരുന്നു ശരിയായ വിപ്ലവം. ഒക്ടോബർ വിപ്ലവമൊന്നും അതിനടുത്തു വരില്ല. ന്യൂക്ലിയർ ബലം [വീക്കു ഫോർസും ഊക്കൻ ഫോർസും] വന്നതോടെ കംപ്യൂട്ടറുകളായി. കുറേക്കൂടി കഴിയുമ്പോൾ കംപ്യൂട്ടറുകളിൽനിന്ന് ചിപ്പുകൾ സ്വതന്ത്രമാകും. ലോകത്തെമ്പാടുമുള്ള കംപ്യൂട്ടറുകളെല്ലാം ഒരൊറ്റ വിശ്വവിശാല വലയിൽ കുരുക്കപ്പെടും. ഇൻഫോ ഡെമോക്രാറ്റിക്കാകും. ചിപ്പുകൾ അദൃശ്യരായ പൂമ്പാറ്റകളെപ്പോലെ അന്തരീക്ഷത്തിലെങ്ങും പാറിനടക്കും. തൂണിലും തുരുമ്പിലും. ഫോണിൽ ചിപ്പിട്ടാലത് സെൽഫോണാകും. ചലിതഭാഷിണിയാകും. ചലച്ചിത്രം പോലെ ചലസ്വരമുണ്ടാകും. കാറും, വിമാനവും, അന്തർവാഹിനികളും ആളില്ലാതോടും. ആപ്പീസുകളിലെ സ്വീകരണമുറികളിൽ ഗ്രാഹകരെ യന്ത്രയുവതികളാകും സ്വീകരിക്കുക. ആപ്പുകൾ പെരുകും. പണമില്ലാ ഇക്കോണമി വരും. ഭാരതം സ്വച്ഛമാകും. ച്ഛാ, ആകെ വെളുപ്പിക്കും. കുറേയെണ്ണത്തിന് പണിയില്ലാതാകും. 'ഉള്ളവന് കൂടുതൽ കിട്ടും, ഇല്ലാത്തവന് ഉള്ളതും പോകും' എന്ന് ശ്രീയേശു പറഞ്ഞത് സത്യമെന്നു തെളിയും. തൊഴിലാളികൾ മുതലാളിമാരാകും. കേരളത്തിലും ജാതി തിരിച്ചു വരും. റിവേഴ്സ് കാസ്റ്റീയിസം കാണുമാറാകും. ബ്രാഹ്മണഭിക്ഷുകി ദളിതഉപ്പനോട് 'ഉച്ചജാതിതൻ കയ്യാൽ ജലം വാങ്ങിയാചമിക്കുമോ ചൊല്ലേഴും നീചന്മാർ' എന്ന് ചോദിക്കുന്നത് കേൾക്കുമാറാകും. ആദിവാസികളുടെ കാര്യത്തിൽ ഒരന്തിമ തീരുമാനമാകും. അവരില്ലാതായാൽ അവരുടെ പ്രശ്നവും ഇല്ലാതാകുമെന്ന് കണ്ടുപിടിക്കപ്പെടും. കോർപ്പറേറ്റ് ആശ്രമങ്ങൾ കൊണ്ടുപിടിച്ച് പരിശ്രമിച്ച് ധ്യാനം, ജപം, യോഗം, മന്ത്രം, തന്ത്രം ഒക്കെ വിറ്റ് സാദാ ബിസിനിസുകാരുടെ കണ്ണ് തള്ളിക്കും.

വടക്കോട്ടു സഞ്ചരിച്ചു തെക്കോട്ടു പോയ കുഞ്ഞുണ്ണിയുടെ യുക്തിയനുസരിച്ച് ഭാവിയിലേക്ക് പിന്തിരിഞ്ഞു നോക്കിയപ്പോൾ എനിക്ക് കുളിരുകോരി. വാച്ചിലും, കണ്ണാടിയിലും, കയ്യിലും ചിപ്പ്കേറ്റി എന്തൊക്കെ

അത്ഭുതങ്ങളാണ്, ഗുരുവായൂരപ്പാ, ഇരുപത്തിയൊന്നാം നൂറ്റാണ്ടിൽ പിറക്കാനിരിക്കുന്നത്! ഇതിനിടയിൽ ഈയുള്ളവനൊരിരുപതു കൊല്ല ത്തോളം നഗരകാന്താരത്തിൽ അജ്ഞാതവാസത്തിലാകും. കള്ളുകു ടിയനും പെണ്ണു പിടിയനുമെന്ന പെരുമ സമ്പാദിക്കും. കുടുംബത്തിന് ഖ്യാതിയുണ്ടാക്കുന്ന ബ്ലാക് ഷീപ്പാകും .

സ്മൃതിയാം അശ്വത്ഥത്തിന്റെ ശാഖകളിൽനിന്ന് ശാഖകളിലേക്കു ചംക്രമണം ചെയ്യവേ കേട്ടു:

"കുളിരുമീ ദേഹം,
ഉരുകുമീ ദേഹം
കുളിരിലും ചൂടിലും, പക്ഷേ,
കുലുങ്ങില്ലീ ദേഹം.
ഉണരുമീ ദേഹം
ഉറങ്ങുമീ ദേഹ, മെന്നാൽ
ഉണർവിലുമുറക്കിലും ദേഹി
ഉണർന്നേയിരിപ്പൂ സദാ."

ദളിതദേഹി സ്വന്തം യോഗകാവ്യം ചൊല്ലുകയായിരുന്നു. ഓർമ്മക്കൂടു പൊട്ടിച്ചു ഞാനും കാതുകളെ ഏകാഗ്രമാക്കി. [ഇതും ഒരോർമ്മയാ ണെന്ന യാതൊരു ബോധവുമില്ലാതെ. Turning and turning in a widening gyre of a cascade of memories.]. കുളത്തിൽ സൂക്ഷ്മ ശരീരിയായി പൊങ്ങിക്കിടന്ന് അന്തം വിട്ടിരിക്കുന്ന സമയത്താണീ മനോരാജ്യവിഹാരം എന്നോർക്കണേ!

മൂക്കു മൂക്കോട് മുട്ടിയാലറിയാത്ത ഇരുട്ടിൽ ദളിതപൊക്കൻസ് ലളിതനളിനിയോട് യോഗാനുഭൂതിയിൽ വിരിഞ്ഞ കവിതാപത്മത്തെ വ്യഖാനിക്കുകയാണ്; കണ്ണു കാണില്ലെങ്കിലും കാതുകേൾക്കാമല്ലോ എന്ന അനുമാനത്തോടെ.

പൊക്കൻജി: "ഇതിനു വേറൊരു വേർഷനുണ്ട്."

സുന്ദരി: "ഷമർവ്വ വിളമ്പിയാലും."

കണ്ഠം ശുദ്ധിചെയ്ത്, ആചാരലംഘനമില്ലാതെ, പൊക്കൻജി പാടി; പാടും മുമ്പ് ഒരു ക്ഷമാപണം പോലെ പറഞ്ഞു:

"മണിപ്രവാളമാണ്; സ്വൽപ്പം സംസ്കൃതം; സ്വൽപ്പം മ്ലേച്ഛ ഭാഷ."

"അദ്വൈതികൾക്കു എല്ലാം ഒന്നല്ലേ? പത്മവും പുരീഷവും ഒന്നല്ലേ? പാടൂ."

സർ ചാത്തൻസ് ലൈവ് വയറായി:

“സന്തോഷേ പുളകിതം ദേഹം
സന്താപേയതുകമ്പിതം
സന്താപം വന്നീടിലും
സന്തോഷമായീടിലും
[illegible]”

“ദു:ഖേഷ്വദ്വിഗ്നമനാ, സുഖേഷു വിഗത സ്പൃഹാ, വീതരാഗഭയക്രോധാ, എന്നല്ലേ? ഗീതയല്ലേ സ്വാമിൻ?”

നളിനിയുടെ ചോദ്യം കേട്ട പൊക്കൻജി വടിയായി. പ്രജ്ഞയില്ലാത്തവനായി സ്ഥിത പ്രജ്ഞൻ.

അസ്തപ്രജ്ഞനാകുന്നതിനു മുമ്പ് മഹാചാത്തൻസ് ഓങ്കാരപ്പരുവത്തിലൊരു ഹുങ്കാരം മുഴക്കിയതായ് തോന്നി. അത് anal music ആണെന്ന് മനസ്സിലാക്കാൻ സ്വൽപ്പം സമയമെടുത്തു. ആസനമുരളിയുടെ ഏകരന്ധ്രത്തിലൂടെ പിറവിയെടുത്ത ഒരു നൈമിഷിക സ്വരരൂപി. മിസ്റ്റിക്കുകളുടെ ബോധം മൂന്നാം കണ്ണിലൂടെയാണ് ദേഹം വിടുക എന്നാണ് അറിവ്. ഇനി പൊക്കൻജി മിസ്റ്റിക്ക് അല്ലയോ? വെറും മിസ്റ്റേക്ക് മാത്രമോ? കവിത മോഷ്ടിക്കുന്ന മറ്റൊരു കന്യാവന പുനത്തിൽ റ്റാഗോർ? എ മിസ്റ്റിക്ക് ബൈ മിസ്റ്റേക്ക്?

അന്നു ബോധം കേട്ട ഭൂതത്താനെ പിന്നീട് കാണാൻ തരവും തഞ്ചവുമുണ്ടായില്ല. കഞ്ചാവടിച്ചു നടക്കുന്ന കാലമായിരുന്നു. എല്ലാം മായ; അവനവനും മായ എന്ന പരുവത്തിലായിരുന്നു. കഞ്ചാവ് ബോധത്തെ ഒരു പടി മുകളിലാക്കും. അതടിച്ചവർക്കേ അതിന്റെ വിലയറിയൂ. പൊക്കൻജി ചത്തിരിക്കാം. ജീവിച്ചിരിപ്പുണ്ടാകാം. ചത്തതിനൊക്കുമേ ജീവിച്ചിരിപ്പിലും എന്ന നിലയിലാകാം. ഒന്നും അറിയില്ല.

19

കുളത്തിൽ സൂക്ഷ്മ ശരീരിയായി ഇങ്ങനെ ജലാവലംബിയായ് ശവാസനത്തിൽ ശയിക്കേ കേട്ട വാണി, ആന്റിരതിമൂർത്തിയായ പൊക്കൻസിൻറേതാകാൻ ഒരു വഴിയുമില്ല. കാരണം, ശ്രവിച്ച ഭാഷണം അൾട്രാരതിയെക്കുറിച്ചുള്ളതായിരുന്നു. കാതു കൂർപ്പിച്ച് സൂചിയാക്കിയപ്പോൾ ആകാശവാണിയെന്നു തിരിഞ്ഞേൻ.

മിഴി രണ്ടും ഉയർത്തി നോക്കിയപ്പോൾ കണ്ടു, രണ്ടു ആസ്ട്രൽ ബാഡികൾ തമ്മിലാണ് പ്രതിപാത്രം ഭാഷണഭേദം. നേരമ്പോക്ക്. ശരീരം ആസ്ട്രൽ ആയതിനാൽ ആസ്ത്രേലിയാക്കാരായിരിക്കുമോ എന്നും ശങ്കിച്ചേൻ. അതോ, അസ്ത്രലോ പിത്തിക്കസ്സോ? അതോ, അവാങ് ഗാർദ് പിക്കാസോയോ? അല്ല. ഒന്ന് കുഞ്ഞുണ്ണിച്ചാത്തൻ. മറ്റവനാ ഇസ്കി, റഷ്യാക്കാരൻ ഊസ്പെൻ ചാരൻ.

"...മൈഥുനം ആരുമായും ആകാം എന്നു വിചാരിക്കുന്നത് അബദ്ധം. മാനുഷരെല്ലാരും, സൈക്കളോജിക്കലീ, ഒന്നു പോലെയല്ല. ബോധപരിണാമത്തിന്റെ പല തട്ടുകളിലാണ് മനുഷ്യർ. ചിലർക്ക് ബോധമേ ഇല്ല. ചിലർക്കതു കൂടും. മൈഥുനത്തിനു പങ്കാളിയായ് ഒരു കോന്തനെയോ, കോന്തിയെയോ തിരഞ്ഞെടുക്കുമ്പോൾ ഈ പരിണാമഭേദം പരിഗണിക്കേണ്ടതുണ്ട്. ബോധപരിണാമത്തിന്റെ ഒരേ തലത്തിലുള്ളവർ തമ്മിലുള്ള മൈഥുനമേ ശരിയായ സൂപ്പർ രതിയാകൂ. അതല്ലെങ്കിലത് പങ്കാളിയെ സ്വയംഭോഗത്തിനുള്ള ഉപകരണമാക്കുന്നതിലേക്കു ചുരുങ്ങും. Reducing the partner into an object, a toy. Objectification of the partner is as good as masturbation. ആഴമുള്ള അവബോധമുള്ളവർക്കിടയിലേ അൾട്രാ രതിക്ക് സ്കോപ്പുള്ളൂ.

പിന്നെ, സ്ഖലനത്തിനുള്ള സമ്മർദ്ദത്തിനു വേണ്ടിയാണ് മൈഥുനമെങ്കിൽ, ഒരു പെണ്ണിനു മീതേയോ, കീഴെയൊ കിടന്ന് അദ്ധ്വാനിക്കേണ്ട കാര്യ മെന്ത്?

ആ വ്യായാമം വൃഥാ വ്യയം. അതിനു,ഇടുക്കിയിലെ മണിപ്രവാളഭാഷയിൽ പറഞ്ഞാൽ, വാണം വിട്ടാ പോരെ?"

രണ്ടുപേരും അൾട്രാ രതിയെക്കുറിച്ചു, ഈ കാമാതുരനെ അറിയിക്കാതെ, ബഭാഷണം തുടങ്ങിയിരിക്കുന്നു. എന്റെ പറശ്ശിനിക്കടവ് പൊന്നും കുരിശ്ശു മുത്തപ്പാ, ഇത് ചതി, പെരിയ, നെടിയ ചതി. സംഭാഷണം പൂർണ്ണമായും കേൾക്കുന്നതിൽ നിന്ന് ഈ എളിയവൻ വഞ്ചിക്കപ്പെട്ടിരിക്കും.

സാരമില്ല. വഞ്ചിക്കപ്പെടുന്നത് പുത്തരിയോ, ഓണമോ അല്ലാത്തതിനാൽ അത് വഞ്ചിപ്പാട്ടു പോലെ, അല്ല, അൻവറിന്റെ കണ്ടൽപ്പാട്ടു പോലെ നിസ്സാരമായി തള്ളി. കുളപ്പടവിൽ അഴിച്ചുവച്ച സ്ഥൂലശരീരമെടുത്തുടുത്ത് വീട്ടിലേക്കുള്ള വഴി തപ്പി. തടഞ്ഞു.

പുലരി അപ്പോൾ പൊട്ടാൻ മുട്ടി നിൽക്കുകയായിരുന്നു.

20

കിഴക്കു വെള്ള കീറും നേരം വീട്ടുമ്മറത്തെത്തി. ഓർമ്മകൾ കിണ്ണുചേർന്ന് പെറ്റ സ്വപ്നങ്ങളിലൂടെ, പൊക്കെട്ടേൻ സ്മൃതി ശ്രുതികളിലൂടെ, സഞ്ചരിച്ചതിന്റെ ക്ഷീണം ദേഹദേഹികളെ കീഴടക്കിയതിന്റെ മാന്ദ്യത്തിൽ, ഏതു നേര് ഏതു നേരല്ലാ എന്ന വിവേചനമില്ലാത്ത അവസ്ഥയിൽ, ഉമ്മറക്കസേരയിൽ വീഴുമ്പോൾ പൊടുന്നനേ ഒരു ശങ്ക പത്തി നീർത്തി:

കണിയാരെ കൊന്നത് ഞാനല്ലേ; ഞാൻ പോലുമറിയാതെ?

വീണ്ടും മനം പിറകോട്ട്. കഴിഞ്ഞ ദിവസത്തിലേക്ക് ഒരു മിന്നലാട്ടം.

കണിയാർ രതിതന്ത്രം വിശദീകരിക്കുകയായിരുന്നല്ലോ. ഓർക്കുന്നു:

...അദ്ദേഹം അത്രയും ഉവചിച്ചപ്പോഴേക്കും നിലാവുദിച്ചു. ഇരുട്ടിലായിരുന്നതൊക്കെ വെളിച്ചം കണ്ടു മഞ്ഞളിച്ചു. ധ്യാനത്തിലിരിക്കുന്ന ഒരു കൊക്കാണ് കണിയാരെന്നതോന്നലുണ്ടായി. ബകധ്യാനമല്ലേ ഇത്?...ഒന്നു കുലുക്കി വിളിച്ചാലോ എന്ന് ശങ്കിച്ചപ്പോൾ കണിയാരുടെ ഭൗതികവും, രസായനീയവുമായ ശരീരം പഴുത്ത ഒരു കുമ്പളങ്ങ പോലെ താഴേക്കു ചെരിഞ്ഞു. ആന ചെരിയുന്നതെങ്ങനെയെന്നു തെളിയിക്കുമ്പോലെ....

അതുവരെയുള്ള കാര്യങ്ങൾ പകൽവെളി പോലെ വ്യക്തം. പിന്നീട് പോലീസ് വന്നതോർക്കുന്നു. കണിയാർ സമാധിയായതാണെന്ന് പറഞ്ഞതോർക്കുന്നു. ദേശത്തെ പോലീസിനെ സഹായിക്കാൻ ഡിറ്റക്റ്റീവ് മാർക്സിൻ വന്നതോർക്കുന്നു. ശരീരമഴിച്ചുവച്ച് കുളത്തിൽ കിടന്നതോർക്കുന്നു. പിന്നെ ഇവിടേക്ക് ഒരു നിദ്രാടനത്തിലെന്ന പോലെ നടന്നു കയറിയതോർക്കുന്നു. ഓർത്തോർത്ത് ഉമ്മറക്കോലായിൽത്തന്നെ

ഉറങ്ങിപ്പോയി. വെട്ടിയിട്ട പോത്തിനെപ്പോലെ. പോത്തിന് പരബ്രഹ്മം എന്ന പര്യായമുള്ളതു ഉറക്കത്തിലോർത്തു.

ഉറക്കത്തിൽ പല മറിമായങ്ങൾ നടന്നു. കുഞ്ഞുണ്ണി പൊക്കൻ ജിയായി. പൊക്കൻജി ഔസ്പെൻസ്കിയായി. ഔസ്പെൻസ്കി മാർക്സിനായി. മാർക്സിൻ നളിനിയായി. നളിനി വേതാളമായി. വേതാളം കണിയാരായപ്പോൾ പേടിച്ച് ഞെട്ടിയുണർന്നു.

മരണകിരണമാണ് മരണ കാരണമെന്ന നിഗമനത്തിൽ വിദഗ്ദ്ധർ എത്തിയതായ് അറിയില്ലെന്നല്ല റഡാറുകളെ മേഘങ്ങളുടെ മറവു പിടിച്ച പറ്റിച്ച് മൃത്യുകിരണം കാളീഘട്ടിൽനിന്ന് ആകാശത്തിലൂടെ വന്നു കണിയാർ സ്ട്രൈക്ക് നടത്തിയത് ഇപ്പോൾ, പക്ഷേ, ഒരു നരേന്ദ്ര ഫലിതം മാത്രമായിട്ടാണ് അനുഭവനിവേദ്യമാകുന്നത് ബിർളാഹൌസിൽ ഒളിച്ചിരുന്ന ഭീകരൻ ഗാന്ധിയെ ഹിന്ദുഭക്തൻ ഗോഡ്സെചാമി തുരന്നു കയറി തുലച്ചുകളഞ്ഞത് ദേശഭക്തിയാണെന്ന ഭയങ്കര നർമ്മം പോലൊരു വിഫലഫലിതം

പ്രതിയെ പിടികിട്ടി പൂവനാക്കിയിട്ടുണ്ടെന്ന് അപസർപ്പക വീരൻമാർക്സിൻ സൂചിപ്പിച്ചതായാണോർമ്മ; ഓർമ്മയെ ഭാര്യയെപ്പോലെ, അഥവാ കല്യാൺ സിൽക്സിനെപ്പോലെ വിശ്വസിക്കാമെങ്കിൽ ഡെത്ത് റേയും അത് തൊടുത്തുവിട്ടവനുമല്ലാ പ്രതിസ്ഥാനത്തെങ്കിൽ, ആ സ്ഥാനം അർഹിക്കുന്നുവെന്ന് സംശയിക്കപ്പെടേണ്ടവർ മൂന്നു പേരാണ്

1. അവനവൻ (*'ഞാൻ' എന്ന അഹങ്കാരപ്രത്യയം പ്രയോഗിക്കാൻ എന്തോ ഒരു ചമ്മൽ; വിനയം എന്ന വിന കൊണ്ടാകാം)*
2. ഊസ്പെൻസ്കി (*അദൃശ്യം ആസ്ട്രൽ ബാഡി ആകയാൽ അറസ്റ്റ് ചെയ്യുക അസാദ്ധ്യം*
3. കണിയാർ സ്വയം (*ദൈവത്തിന്റെ സ്വന്തം നാട്ടിൽ, നേരിട്ട് ദൈവത്തെ കാണാനെന്ന കാരണത്താലായാലും, ആത്മഹത്യ കുറ്റമാണല്ലോ)*

രണ്ടാമതായ് സംശയിക്കപ്പെടുന്ന സൂക്ഷ്മ ശരീരി ഊസ്പെൻസ്കിക്ക് കണിയാരെ കൊല്ലാൻ പ്രേരണയില്ല; പഴയ 'പ്രേരണ' മാസികയുടെ റഷ്യൻ തർജ്ജിമ വായിച്ചുവെന്ന motive ഒഴിച്ച്

മൂന്നാമതായ് സംശയിക്കപ്പെടുന്ന കണിയാർ 'അനൽ ഹഖ്' ആയതിനാൽ, ആത്മഹത്യ ചെയ്യാനുള്ള അസാദ്ധ്യത അസന്നിഗ്ദ്ധം

ഇനി ബാക്കി ഈയുള്ള തെണ്ടി

സംശയത്തിന്റെ അപസർപ്പക സൂചി ഊരും പേരുമില്ലാത്ത, ആരുമല്ലാത്ത ഇവനിലേക്കു സൂക്ഷ്മതയോടെ നീളുകയാണ്. സംശയിക്കപ്പെടുന്നവരുടെ നിർമാർജ്ജന ഘട്ടത്തത്തിൽ ഒരു മാർജ്ജാരനെപ്പോലെ

ഇവൻ തിരഞ്ഞെടുക്കപ്പെട്ടവർക്കുള്ള വെള്ളിവെളിയിൽ കുളിച്ചു മരവിച്ചു നിൽപ്പാണ്.

...ന്റെ കാണിയാരേ, രേ, രേ... അങ്ങീ ഭൂവിലെവിടെയെങ്കിലും അശരീരിയായ് ഒഴുകിയൊഴുകി നടപ്പുണ്ടെങ്കിലൊന്നുവാ... വന്നു വാ തുറ... പറ... അവനിവനല്ലാ; ഇവനപരാധിയല്ലാ; വെറുമൊരു അലവലാതി മാത്രം. ശൂന്യപാത്രം.

ഉണർന്നു വീണത് സന്ധ്യയിലേക്കായിരുന്നു. എന്തോ, വിശപ്പും ദാഹവും അനുഭവപ്പെട്ടില്ല. പഞ്ചഭൂതങ്ങൾ പണിമുടക്കിനോ, ഹർത്താലിനോ പോയതുകൊണ്ടാകും. ഞായറാഴ്ച മാത്രം ഹർത്താലിന് അവധി കൊടുക്കുന്ന ഒരു ദേശത്താണ് ആവാസമെന്നതുകൊണ്ട് അതിലൊട്ടും ആശ്ചര്യം തോന്നിയില്ല.

പൊടുന്നനെ ഇടവഴിയിലൊരു ബഹളം കേട്ടു. വേലയും കൂലിയുമില്ലാത്ത കുറേ പേർ കൂക്കിവിളിച്ചു വിനോദിക്കുകയാണെന്നാണ് തോന്നിയത്. കാതു സൂചിയാക്കിയപ്പോൾ മുദ്രാവാക്യത്താൽ ആകാശം മുഖരിതമാക്കുകയാണെന്ന് മനസ്സിലായി. 'പെണ്ണുങ്ങൾ മല കേറിയില്ലെങ്കിൽ, മല വന്ന് പെണ്ണുങ്ങളുടെമേൽ കേറുമെന്ന്' പറഞ്ഞ് കുറേ ആണുങ്ങൾ. ശബരിമല കേറുന്ന കാര്യമാണെന്ന് ഉടൻ തന്നെപിടികിട്ടി. മലയും മമ്മതും തമ്മിലുള്ള പഴയ മത്സരം ഇപ്പൊ പെണ്ണുങ്ങളും മലയും തമ്മിലായി. ഇത്തവണ മല കേറണമെന്ന് അപ്പൊത്തന്നെ തീരുമാനിച്ചു. ചുറ്റികയടിച്ചുറപ്പിച്ചു. കുറേ പെണ്ണുങ്ങളുമൊത്ത് സോത്സാഹമായ് ഒരു വിനോദയാത്ര. ഉന്നതരതിയെക്കുറിച്ചും, ബ്രഹ്മചര്യത്തെപ്പറ്റിയും ചർച്ച ചെയ്ത് ഇഹലോകമായാക്ലേശങ്ങൾ മറന്ന് ഭഗവദ് സന്നിധിയിലേക്ക് ഹരീഷിൽനിന്ന് ഒരു മീശ കടമെടുത്ത് അതും പിരിച്ചൊരു യാത്ര. "സ്വാമിയേ ഒരു ശരണവുമില്ലയ്യപ്പാ" എന്ന മുദ്രാവാക്യത്തോടെ.

ഒരു പകൽ മുഴുവൻ ഒരു പകയോ പ്രതികാരമോ പോലെ കിടന്നുറങ്ങിയിട്ടും അകത്തു നിന്നാരും വിളിച്ചുമില്ല; വിലക്കിയുമില്ല. ഇങ്ങിനെയൊരുവൻ ചത്തതിനൊക്കുമേ ജീവിച്ചിരിക്കിലും എന്ന വർണ്ണനയിൽ ആശങ്കപ്പെടാതെ ഉപേക്ഷിച്ചതാകാം. അമ്മാവൻ തല്ലിയാലും നന്നാകാത്തവൻ പോകും വഴി പോകട്ടേയെന്ന് നിരൂപിച്ചതാകാം. നല്ല നിരൂപകരാണല്ലോ ബന്ധുക്കളായ ശത്രുക്കൾ. പ്രത്യേകിച്ച് ഭരിക്കപ്പെടുന്നവളായ ഭാര്യ. ഭരിക്കപ്പെടുന്നവർക്കെന്നും ഭരിക്കുന്നവർ, നമ്പൂരിച്ചന്റെ ഭാഷയിൽ, ചതുർത്ഥിയാണല്ലോ.

മരിച്ചു ചെന്നാൽ സ്വർഗ്ഗത്തിൽ ബ്രേക് ഫാസ്റ്റിനു ഇഡ്ഡലിയും തേങ്ങാചമ്മന്തി യുമുണ്ടാകുമോയെന്ന അസ്തിത്വസംത്രാസത്തിനുള്ള

സമയമല്ലാ ഇത്. ഔസ്പെൻസ്കിയുമായ് പ്രപഞ്ചത്തിന്റെ നാലാം മാനം ചർച്ചചെയ്യാതെ പോയതിലുള്ള അക്കാദമിക്ക് വേദനയിൽ അഭിരമിക്കാനുള്ള സമയവുമല്ല. കണിയാരെ കൊന്നത് ഞാനാണോ അല്ലയോയെന്ന് തീർപ്പുകൽപ്പിക്കാനുള്ള അടിയന്തിരാവസ്ഥയാണിപ്പോൾ. ഇന്ദിരാഗാന്ധിപോലും സമ്മതിച്ചേക്കാവുന്ന അവസ്ഥ. കണിയാരുടെ മരണസമസ്യയിലേക്കും, കൊന്നത് താനായിരിക്കുമോയെന്ന സന്ദേഹത്തിലേക്കും മനസ്സിനെ കേന്ദ്രീകരിച്ചു അവനവനെ കരിക്കാനും, ഒരു കരിക്കു വെട്ടിക്കുടിക്കാനുമായി ഉമ്മറം വിട്ടിറങ്ങി.

പെണ്മലകേറ്റപ്പ്രേമികളുടെ ജാഥ നീണ്ടുനീണ്ടൊരു അനക്കൊണ്ടാപ്പാമ്പിനെപ്പോലെ ഇഴയുകയാണ്. അയ്യപ്പനെകണ്ട് രതിമൂർച്ഛയുണ്ടാകാൻ പെണ്ണുങ്ങളേക്കാൾ ആവേശം ആണുങ്ങൾക്കാണെന്ന് തോന്നും. ഓർഗാസത്തിൽ ബോധാതീതമായി വിളിച്ചു കൂവുകയാണ് കറുപ്പുടുത്ത ഭീമഘാതുകർ. അവർ കഴുത്തറുക്കുമ്പോഴായിരിക്കണം കോഴികൾ രാമരാമ കരുണസ്വരത്തോടെ കരയുന്നത്. ഇവരായിരിക്കണം ആദിമ സമാധിസ്ഥ സിദ്ധന്മാർ. രൂപികൾ ബഹുവെങ്കിലും അവസ്ഥ ഏകം. സച്ചിദാനന്ദം.

ലജ്ജിച്ചു മുഖം ചുവന്നു നിൽക്കുന്ന സന്ധ്യ മെല്ലെമെല്ലെ മഞ്ഞളിക്കുകയാണോയെന്ന് സംശയിച്ചു. സംശയാനന്തരം, ഇരുണ്ടുവരുന്ന എരിഞ്ഞിയിലേക്ക് കണ്ണയച്ചു. സന്ധ്യ തീരുന്നു; രാത്രി വരുന്നു. അവസാനിക്കാത്ത പെൺപ്രേമയാൺജാഥയുടെ നിര മുറിച്ച് ഒരു ജീപ്പ് ഇടവഴിയിലൂടെ നീങ്ങി നിരങ്ങി ഞരങ്ങി വരുന്നു. ഇവിടേക്കു തന്നെ. ആരായിരിക്കും? ഒരു വട്ടം പോലും പ്രധാനസചിവനാകാൻ പാടില്ലാതിരുന്ന ഇരുവട്ടം ഭാരതമണവാളൻ നരേന്ദ്രജിയുടെ മുഖച്ഛായയുള്ളൊരാളാണ് ഡ്രൈവിംഗ് സീറ്റിൽ. ഒരന്തവും കുന്തവുമില്ലാത്ത ഇന്ത്യാക്കാരെ മുഴുവൻ ഡ്രൈവു ചെയ്ത് കുഴിയിലും കുപ്പിയിലുമിറക്കാൻ സാമർത്ഥ്യമുള്ള ഒരാളെപ്പോലെയുള്ള അതിയാന്റെ വരവ് ഇങ്ങോട്ടു തന്നെയാണ്.

ഭീകരൻ ജീപ്പിറങ്ങുമ്പോൾ ഈയുള്ളവൻ ഇലഞ്ഞിത്തറയിൽ ഉള്ളിൽ മേളത്തോടെ കുത്തിയിരിപ്പായിരുന്നു. നീണ്ടു നിവർന്ന വടി പോലെ വന്ന ഭീമഘാതുകൻ ഇൻസ്പെക്ടർ ആയിരുന്നു. കണിയാരുടെ മരണകാരണത്തിന്റെ അന്വേഷകൻ.

തറപറ്റിയ എന്റടുത്തു വന്ന് ആമുഖമോ, ഈമുഖമോ, മുഖവരയോ, മുഖത്തെഴുത്തുമോ ഇല്ലാതെ, പച്ചക്ക്, calling a spade a spade, പറഞ്ഞു:

"ചില ചോദ്യങ്ങൾ ചോദിക്കാനുണ്ട്. സ്റ്റേഷനിലേക്ക് വരേണ്ടി വരും."

ഒളിവിൽ പോകുന്നതായിരുന്നു ബുദ്ധി. പിടിച്ചാലും പിടികിട്ടാത്ത ഒരു ശോഭരാജ് ആകാമായിരുന്നു. കോൺഗ്രീസുകാർ പുറമേ നിലവിളിച്ചാലും, കൊമ്മ്യൂണിസ്റ്റുകാർ അകമേ കരഞ്ഞാലും, രണ്ടു പേരും ചുരുങ്ങാതെ സഹായിക്കുമായിരുന്നു. ഒരു പാർട്ടിയിലും അംഗത്വമില്ലാത്ത കുരങ്ങാനയതിനാൽ, ഇഞ്ചി കടിച്ച അണ്ണാനെപ്പോലെ, രാം ഭഗവാനെ സ്മരിച്ചു.

അന്വേഷകഭീകരൻ തുടർന്നു:

"മാർക്സിൻ സ്റ്റേഷനിലുണ്ട്; അങ്ങേർക്കും ചോദ്യങ്ങളുണ്ട്."

മനസ്സിലായി. ചത്തത് കണിയാരെങ്കിൽ കൊന്നത് ഞാൻ തന്നെ. പഴഞ്ചൊല്ലിൽ കതിരു മാത്രമേ കാണൂ. പതിരുണ്ടാകുക അസാദ്ധ്യം.

"വരാം"

ഒച്ച പുറത്തു വരാത്ത വിധം പറഞ്ഞു.

ജീപ്പിനരികിലേക്കു നീങ്ങുമ്പോൾ ഒരു കാര്യം ശ്രദ്ധയുടെ കേന്ദ്രത്തിലെത്തി. ഇൻസ്പെക്ടർ നടക്കുമ്പോൾ ശരീരം ഇടത്തോട്ടിച്ചിരി ചെരിയുന്നുണ്ട്. ശോഭരാജിനെ മനസാ സ്മരിച്ചത് അസുരൻ മനസാ വായിച്ചെടുത്തിട്ടുണ്ടാകുമോ? ചോദ്യത്തിനു മുമ്പ് ഭേദ്യമുണ്ടാകുമോ? അക്കാലത്തുമിക്കാലത്തും ഭേദ്യം കഴിഞ്ഞ് ആളു ബാക്കിയായാൽ ചോദ്യം എന്നതാണ് ആചാരം. ആചാരലംഘനത്തിന് സപ്പോർട്ടായ് എസ്കോർട്ട് പോയ സപ്പോട്ടയാണ് ഇൻസ്പെക്ടറെങ്കിലും, സ്റ്റേഷനിലെ ആചാരം അദ്ദേഹം തെറ്റിക്കുമോ? കാണാൻ പോകുന്ന പൂരമല്ലേ, പറഞ്ഞറിയിക്കേണ്ടല്ലോ?

ഇന്നലെ കണ്ടപ്പോൾ മരണകാരണം മരണകിരണമെന്നാണ് ഇതേ ദേഹം പറഞ്ഞത്. സംശയമുണ്ടെന്നതിന്റെ ഒരു മണം പോലുമുണ്ടായിരുന്നില്ല. Smelt not even a rat. കണ്ടാൽ ക്രൂരനെങ്കിലും, അന്നേരം അരങ്ങിലാടിയത് അക്രൂരനായിട്ടാണ്. കേട്ടുകേൾവി, പക്ഷേ, വിരുദ്ധമാണ്. പീഢനകലയിലും ശാസ്ത്രത്തിലും ബിരുദം കഴിഞ്ഞ് വീണ്ടും ബിരുദമെടുത്തയാൾ [*Master of Arts & Science in Torture*], അടിയന്തിരാവസ്ഥക്കാലത്ത് ലോകകുപ്രശസ്തി ചാടിപിടിച്ചെടുത്ത പു[പി]ലിക്കോടൻ സാറിനെ ഇഷ്ടദേവതയായി ആരാധിക്കുന്നയാൾ, 'ആഗോളയുരുട്ടൽ ദിന' മായ് ഒരു ജൂലായ് ദിനം വേണമെന്ന പ്രമേയം U N-ൽ സമർപ്പിച്ച മഹാൻ, എന്നൊക്കെയാണ് നാട്ടിലും കാട്ടിലും പാട്ട്. തേഡ് ഡിഗ്രിയിൽ കുറേകാലം ഗവേഷണം ചെയ്തുവെങ്കിലും, പ്രബന്ധം പരിശോധനക്ക് സമർപ്പിച്ചില്ല. [*Third Degree Ph. D. എന്നതിലെ ദ്വയാർത്ഥം പാരയാകുമെന്ന് പേടിച്ചാകണം.*]. കക്കയം ക്യാമ്പിൽ വച്ച് കാണാതായയാളുമായ് നാമസാമ്യമുള്ളവനാണ്

ഈയുള്ള പ്രതിശ്രുതപ്രതിയെന്നതിനാൽ, ഉരുട്ടുമോയെന്തോ? ഈച്ച രവാര്യർക്കെന്നല്ല, ഒരീച്ചക്കുപോലും കാണാനാകാത്ത വിധം അപ്രത്യക്ഷനാക്കുമോ, ദൈവമേ! സ്ഥൂലദേഹം ഇവിടെ വിട്ട് സൂക്ഷ്മദേഹവുമായ് കടന്നുകളഞ്ഞാലോ എന്നാലോചിച്ചു. വേണ്ട. വരാനുള്ളതിനെ വഴിയിൽ നേരിടുക തന്നെ.

പ്രകാശവേഗത്തിൽ പറക്കുന്ന ജീപ്പിൽ അതുവരെ മുനിയായിരുന്ന ഇൻസ്പെക്ടർ പ്രകാശമായി:

"ഞണ്ട് കറി വെക്കാറുണ്ടോ."

വിഷയമിതുവിധം മാറിയതു കണ്ട്, അറിയാതെ പിരിമുറുക്കമയഞ്ഞു:

"ഞണ്ടുകൾക്കങ്ങനെയൊരു സിദ്ധിയുള്ളതായി അറിയില്ല. ഞാൻ വെക്കാറുണ്ട്. ഞണ്ടുകറി."

"കർത്താവില്ലാതെ വാചകമെഴുതുന്ന നിങ്ങൾതന്നെ വേണമീ ഫലിതം പറവാൻ."

"ഫലിതം എനിക്കങ്ങിനെ വഴങ്ങാറില്ല. ബലാലാണ് ഫലിതവുമായ് പലപ്പോഴും സംഗിക്കാറ്."

ഇൻസ്പെക്ടർ ചെറുതായൊന്നു ചിരിച്ചോ?

"ബലാത്സംഗം കുറ്റമാണ്."

"കുറ്റമറ്റവരായാരുണ്ട് ഭൂതലേ,

കുട്ടികളിൽപ്പോലുമുണ്ടല്ലോ കുറ്റവാളികൾ."

"ഫലിതം മാത്രമല്ല, കവിതയുമുണ്ടല്ലേ?"

"അങ്ങിനെയൊരു കുറ്റം കൂടി ചാർത്താം. വിരോധം വരില്ല.വന്നാൽത്തന്നെ, ഉടൻ തിരിച്ചു പോകും."

"കവിതയും ഫലിതവും പോലെ വെപ്പും ഒരു കലയല്ലേ?"

"വെപ്പെന്നാൽ കൊള്ളിവെപ്പോ?"

"പാചകം."

"വെപ്പിനോടിത്ര പ്രിയമോ?"

"എനിക്കല്ലന്റെ പ്രിയതമാ, പ്രണയം മാർക്സിൻ സാബിനാണ്. ട്രാൻസിൽവാനിയയിൽ ഡ്രാക്കുളയെ പിടിച്ചതിനു ശേഷം അദ്ദേഹത്തിന് ഞണ്ടുകളെ നാട്ടിൽ ഒരിടവേളയുണ്ടായി. അന്ന് കഴിച്ച ക്യാൻസർക്കറി പോലൊന്ന് പിന്നീട് കഴിക്കാൻ പറ്റിയില്ലെന്ന് എന്നോട് ഖേദിച്ചു."

അച്ഛനാകാതെ തടുത്തുനിന്ന പൊക്കൻജിയുടെ ക്യാൻസർക്കറിയും കള്ളും ഈ എളിയവൻ മനസാ സ്മരേൻ. മേലാകെ കുളിരു കോരി,

മഞ്ഞുമാസമായി. നവംബറും ഡിസംബറുമായി. ഡിസംബർ ബുക്ക്സ് ആയി.

കുളിരസ്തമിക്കുംമുമ്പ് ജീപ്പ് സ്റ്റേഷനു മുമ്പിലെത്തി.

നിന്നു.

ഇറങ്ങി.

അകത്തേക്കാനയിക്കപ്പെട്ടു.

അതിനിടയിൽ അസുരൻ ഉവാച:

"നിങ്ങൾ നന്നായി ഞണ്ടുകറിവെക്കുമെന്ന് ഞങ്ങൾ ഗൂഗിളിലൂടെ കണ്ടെത്തി. അതിനാൽ നിങ്ങൾ നല്ലൊരു ഞണ്ടുകറി മാർക്സിൻജിക്ക് ഇവിടെ ഉണ്ടാക്കികൊടുക്കണം. അദ്ദേഹം നിങ്ങളിൽ പ്രീതനാകും."

"സ്റ്റേഷനിലതിനു kitchen ഉണ്ടോ?"

"Most modern. ഒരു kitchen module വാങ്ങി സ്ഥാപിച്ചിട്ടുണ്ട്. എന്തൊക്കെ വേണം ഞണ്ടുകറിക്കെന്നു പറ. കോൺസ്റ്റബ്ൾ അഴകേശൻ വാങ്ങിയെത്തിക്കും. പൈസ കൊടുത്താൽ മതി."

ഈയുള്ളവന് പരിഭ്രമം കേറി. ഇതൊരു പീഡനമാർഗ്ഗമോ, എന്തോ?

സ്റ്റേഷനുള്ളിൽ മാർക്സിനും അഴകേശനുമല്ലാതെ, മറ്റൊരഴകുമില്ല. കനത്തു വരുന്ന രാത്രിയെ മോഹിപ്പിക്കാനെന്നപോലെ ചന്ദ്രൻ കിഴക്കുദിച്ചു. രാത്രി ലജ്ജയില്ലാതെ തുണിയഴിച്ച്, നിലാവിനെ വെല്ലുവിളിക്കുന്നുവെന്നു തോന്നി. [*അതെന്റെ രോഗാതുരമായ മനോഭാവനയാകാം.*]

സ്റ്റേഷനിൽ നിലാപൈമ്പാലൊഴുകി. പൈമ്പാലിൽ കുളിച്ച് ഒരു ഗോരക്ഷകനെപ്പോലെ മാർക്സിൻ കാലു മേശമേൽ കയറ്റിവെച്ച്, ചുരുട്ട് ഞാനല്ല, എന്നെ ചുരുട്ടാണ് വലിക്കുന്നതെന്ന ക്ഷമാപണഭാവത്തോടെ, മുൻമുറിയിൽ ഇരിപ്പുണ്ടായിരുന്നു.

ഇൻസ്പെക്ടർ ഇരിക്കുന്നതിടയിൽ, ഈയുള്ളവനോടും ആസനമുറപ്പിക്കാൻ നയനസൂചന തരുന്നതിനിടയിൽ, മാർക്സിൻ മേശയിൽനിന്ന് കാലുപറിച്ചു തറയിലുറപ്പിക്കുന്നതിനിടയിൽ, പറഞ്ഞു:

"പ്രതിയെയിതാ കയ്യോടെ പിടികൂടിക്കൊണ്ടുവന്നിരിക്കുന്നു. വന്നില്ലെങ്കിൽ അറസ്റ്റ് ചെയ്തു കൊണ്ടുവരേണ്ടിവരുമായായിരുന്നു. അത് വേണ്ടി വന്നില്ല."

അതും പറഞ്ഞ് ഇൻസ്പെക്ടർ ഉറക്കെച്ചിരിച്ചു. ഉള്ളിലൊരാന്തലുണ്ടായി. 'പ്രതി', 'അറസ്റ്റ്', പിന്നെയാ ചിരി... ഒക്കെ കളിയായ് പറഞ്ഞതോ, അതോ...

ചിരിക്കാതിരുന്ന മാർക്സിൻ, ചുരുട്ട് വായിൽനിന്ന് കയ്യിലേക്ക് മാറ്റി, പറഞ്ഞു:

“ഒരാവശ്യമുണ്ടായിരുന്നു.”

“പറഞ്ഞു.”

“അതിനുമുമ്പൊരു ചോദ്യം.”

ചോദ്യഭാവേന മാർക്സിനെ നോക്കിയപ്പോൾ, അദ്ദേഹം വീണ്ടും:

“ഇന്നലെ കണിയാരെ കണ്ടതെന്തിന്?”

“ഊസ്പെൻസ്കിയെ ഊതിക്കാൻ.”

“അതാര്?”

“ബോൾഷെവിക്കല്ലാത്ത ഒരു റഷ്യൻ. ഇൻസ്പെക്ടർക്കറിയാം.”

“കൂടെ ഒരാളുണ്ടായിരുന്നു. ആരെന്നുമെന്തെന്നുമാർക്കറിയാം!”

ഇൻസ്പെക്ടർ അങ്ങനെ പറഞ്ഞതോടെ ഉള്ളിലെ പുക കടുത്തു. കണ്ണിൽ നീര് പൊടിയുമെന്നായി. കണ്ണേ, മടങ്ങുക; ഇവനിപ്പോ വെണ്ണീറാകും.

“പക്ഷേ, നിങ്ങളവിടെ ഏറെനേരം ഉണ്ടായിരുന്നുവെന്നാണ് കേൾവി.”

“കണിയാർ ഇഹ സംസാരേ രതി ദുഃഖാരേ വിശദമാക്കുകയായിരുന്നു.”

“പരേതൻ വിഷയിയായിരുന്നുവല്ലേ?”

വിഷയം ഞണ്ടിലേക്കു വരാതെ കണിയാരിൽ കുരുങ്ങിനിൽക്കുന്നതുകൊണ്ട് വീണ്ടും അങ്കലാപ്പുണ്ടായി. റസ്കോൾനിക്കോഫിനെ ലൂഷിൻ, എലിയെ പൂച്ചയെന്നപോലെ, അപസർപ്പകവിശാരദൻ ഈയുള്ളവനെ കളിപ്പിക്കുകയാണോ? സംശയിക്കുന്നില്ലെന്ന് പുറമേ നടിച്ച്, എന്നാൽ സംശയിക്കുന്നുണ്ടെന്നൂഹിക്കാൻ കുറ്റവാളിക്കു സൂചനകളേകി, അവനെ വിഭ്രാന്തനാക്കി കുറ്റസമ്മതത്തിന്റെ വാരിക്കുഴിയിലിറക്കുന്ന സൈക്കോളോജിക്കൽ ട്രിക്. റസ്കോൾനിക്കോഫ്, പക്ഷേ, കുറ്റം ചെയ്തിരുന്നു. ഈയുള്ളവൻ എപ്പോഴാണ്, എങ്ങിനെയാണ്, കണിയാർകൊല്ലിയായത്! എന്നാൽ, സംശയിക്കപ്പെടാൻ സമീപത്ത് [ഒഴിവാക്കപ്പെട്ട ഊസ്പെൻസ്കിയല്ലാതെ] മറ്റാരുമുണ്ടായിരുന്നില്ല. അതോ, അതൊരു murder at a distanceആണോ? കണിയാർകൊല്ലിയല്ലെങ്കിലും, കൊല്ലി താന്തന്നെയെന്ന് സമ്മതിച്ച് ഈ സന്ദേഹസംത്രാസത്തിനു കർട്ടനിട്ടാലോ?

വിഭ്രമമമദ്ധ്യേ അഹം ഉവാച:

“Arrest me.”

“What?”

“I’m the murderer.”

“Whose?”

“You know.”

“The astrologer’s?”

“You know.”

“You’re out of your freaking mind.”

മാർക്സിൻ ദൂരെ മാറി നിൽക്കുകയായിരുന്ന അഴകേശനോടായി:

“Take this dolt to the kitchen... to the crab... What a crap!”

അടുക്കളയിലിട്ട് കോൺസ്റ്റബിളിനെക്കൊണ്ട് വറുത്തു പൊരിച്ചെടുക്കാനുള്ള ഉദ്യമമായിരിക്കണം. ഹൃദയമിടിപ്പ് വീണ്ടും കൂടി. കാറ്റുകേറിയ പുഞ്ചക്കണ്ടം പോലെയായ് നെഞ്ചം; ഉലയുമൊരു മഞ്ചം.

പെട്ടെന്ന് സ്വിച്ചോഫാക്കിയപോലെ നിലാവു കെട്ടു. സ്റ്റേഷനുള്ളിലെ ആലക്തിക ദീപങ്ങളും [*പരേതനായ സാഹിത്യവാരഫലം കൃഷ്ണൻ നായർക്ക്, (വി കെ എൻ ചാത്തമംഗലത്തെ കിടുകിട്ടൻ എന്നു വിളിച്ച ദേഹത്തിന്) 'ആലക്തിക ദീപം' എന്ന പ്രയോഗം അലർജിയായിരുന്നുവെന്ന് ഈ സന്ദർഭത്തിലും ഓർത്തുപോയി. മരണം മുന്നിൽ കാണുന്നവന്റെ ഓർമ്മയിലേക്ക് പലപ്പോഴും ക്ഷുദ്രമായ കാര്യങ്ങളാണ് കടന്നുവരികയെന്ന് കേട്ടിട്ടുണ്ട്. പണ്ടെങ്ങോ ഒരു മുറിബീഡി കിട്ടാതെ വിഷമിച്ച കാര്യം... അയലത്തെ പൂച്ചയെ വിരട്ടിയോടിച്ചത്... പണിക്കാരിപെണ്ണുങ്ങളെ സൈറ്റടിച്ചത്... അങ്ങനെയങ്ങനെ ഓരോന്ന്.*].

ഒരരനിമിഷത്തിനുള്ളിൽ മുറിയിൽ ഒരഭൗമിക വെളിച്ചമെത്തി. കോഴി[*ഫ്രാങ്കോ പ്രീസ്റ്റിനെ ഓർത്തുപോയി... മൃത്യുകാലേ ക്ഷുദ്രബുദ്ധി.*] മുട്ട പൊട്ടിച്ച് കല്ലിലേക്കൊഴിച്ചതുപോലെ പ്രകാശം പടർന്നു വന്നു. കണിയാർ! കാലയവനികക്കപ്പുറത്തുനിന്ന് ഒരു ഹാലോയോടെ 'ഹലോ' പറഞ്ഞുകൊണ്ട് കണിയാർ!

ഹലോ പോയിട്ട് 'ഹ' എന്ന് പറയാൻപോലുമാകാതെ ഞാൻ.

യുക്തിവാദിയായ മാർക്സിൻ പ്രജ്ഞപോയ് കസേരയിൽ.

'കണിയാർ' എന്ന് അധരമന്ത്രണം ചെയ്ത് കാൽജീവനോടെ ഇൻസ്പെക്ടർ.

അഴകേശൻ തൽക്ഷണം മരിച്ച വടിയായി വീണു. ഐസ്ക്രീം വാങ്ങിച്ച തരാത്ത അച്ഛനെ പ്രാകിയതായിരുന്നു അയാൾ ആ നേരം ഓർത്തത്. ഒരു ഭൂതകാലക്കുളിരിന്റെ ഈറൻ ഓർമ്മയോടെ അയാളൊരു ഭൂതമായ് ജാലകത്തിലൂടെ പ്രേതലോകം പൂകി.

അൽപ്പജീവനോടെ കിതക്കുന്ന ഇൻസ്പെക്ടറോട് കണിയാർ പറഞ്ഞു:

"സിദ്ധനായ നോം സ്വയം സിദ്ധി കൂടിയതാണ്. ഇവനതിൽ ഒരു കയ്യുമില്ല; കാലും. വെറുതേ ഓനെ ഒരവരാതിയാക്കല്ലേ അലവലാതി."

ശേഷം, കണിയാർ എന്നോട് പറഞ്ഞു:

"വാ, പൂവ്വാം, കൂവാം. മരണം മുടക്കിയ മിണ്ടാട്ടം വീണ്ടും തുടങ്ങാം. സ്വൈര്യമായ്. ഔസ്പെൻസ്കിക്ക് ആസ്ട്രൽ മെസ്സേജ് അയച്ചിട്ടുണ്ട്. കൂടെ ദെസ്തയേവ്സ്കിയും വരും.

കുഞ്ഞുണ്ണിക്കും ടെലിപ്പതി വിട്ടിട്ടുണ്ട് ഒരു കമ്മ്യൂണിക്കേ. എലിപ്പനി യായതുകൊണ്ട് [*അതും ആസ്ട്രൽ ബാഡിക്ക്*] വരുമോ എന്നൊരു ശങ്ക ആശങ്കയായുണ്ട്. എല്ലാരും വന്നാൽ രതിപുരാണപരമ്പര പുനരാരം ഭിക്കാം."

മുമ്പിൽ ഒരു വഴിവെളിച്ചമായ് കണിയാർ നീങ്ങി. ഞാൻ പിറകേ. നടന്ന് ഒരൽപം കഴിഞ്ഞപ്പോൾ ഒന്നു മനസ്സിലായി. ഞാൻ നടക്കുക യല്ല. ഒഴുകുകയാണ്. Floating like a feather. കണിയാരെപ്പോലെ. എനിക്ക് ചുറ്റും ഒരു ഹാലോ. കണിയാരോട് ഞാൻ 'ഹലോ' എന്ന് പറയാൻ നോക്കി. ഹാലോയിലൂടെ കണിയാർ എന്നെ നോക്കി ചിരിച്ചു. ഒരു പ്രേതസ്മിതം; പിന്നെ, മൊഴി:

"ഹാലോ"

പ്രേതരൂപിയായ ഞാൻ പ്രതിവചിച്ചു:

"ഹാലോ."

[അ] ശുഭം.

●